அக்கினி சாட்சி

உள் அட்டையில் காணும் சிற்பக் காட்சியில், பகவான் புத்தரின் அன்னை மாயாதேவி கண்ட கனவின் பலனை மன்னர் சுத்தோதனருக்கு நிமித்திகர் மூவர் விளக்குகின்றனர். அவர்களுக்குக் கீழே அமர்ந்து அந்த விளக்கத்தை எழுதுகிறார் ஓர் எழுத்தர். எழுதும் கலையைச் சித்திரிக்கும் முதல் இந்தியச் சிற்பம் இதுவாகவே இருக்கலாம்.

நாகார்ஜுன மலைச் சிற்பம் கி.பி. இரண்டாம் நூற்றாண்டு.
(படஉதவி: நேஷனல் மியூசியம், புது தில்லி)

அக்கினி சாட்சி

(அக்காதெமி பரிசு பெற்ற மலையாள நாவல்)

மலையாள மூலம்
லலிதாம்பிகா அந்தர்ஜனம்

தமிழாக்கம்
சிற்பி பாலசுப்பிரமணியம்

சாகித்திய அகாதெமி

Agni Sakshi: Tamil Translation by SIRPI Balasubramaniam of Lalithambika Antharjanam's Sahithya Akademi Award winning Malayalam Novel Agnisakshi. Sahithya Akademi, New Delhi. Price Rs. 100/-

© சாகித்திய அகாதெமி

முதல் பதிப்பு : 1998
இரண்டாம் பதிப்பு : 2016

தலைமை அலுவலகம்

சாகித்திய அகாதெமி, 'இரவீந்திர பவன்',
35, பெரோஸ்ஷா சாலை, புது தில்லி 110 001.

விற்பனை அலுவலகம்

'ஸ்வாதி', மந்திர் சாலை, புது தில்லி 110 001.

மண்டல அலுவலகங்கள்

மத்தியக் கல்லூரி வளாகம், பல்கலைக்கழக நூலகக் கட்டிடம்,
டாக்டர் அம்பேத்கர் வீதி, பெங்களூரு 560 001.

4, டி.எல். கான் சாலை, கொல்கத்தா 700 025.

72, மும்பை மராத்தி கிரந்த சங்கிரகாலய சாலை,
தாதர், மும்பை 400 014.

சென்னை அலுவலகம்

குணா பில்டிங்ஸ், 443, அண்ணா சாலை,
தேனாம்பேட்டை, சென்னை 600 018.

ISBN: 81-260-0586-6

Rs. 100.00

Visit our website at http://www.sahitya-akademi.gov.in

ஒளி அச்சு : Chengamalam Enterprises, Chennai 600 004

லலிதாம்பிகா அந்தர்ஜனம்

மிக இளம் வயதிலேயே இலக்கியம் படைக்கும் ஆற்றல் பெற்றவராக விளங்கியவர், லலிதம்பிகா அந்தர்ஜனம். நம்பூதிரி சமூகத்தின் புகழ்மிக்க படைப்பாளிகளுள் ஒருவர் இவர்.

1909 மார்ச் 30ஆம் நாள் கொட்டாரக்கர கோட்ட வட்டத்து மடத்தில் கே. தாமோதரன் போற்றி - செங்ஙாரப்பள்ளி ஆரியா தேவி தம்பதிகளின் மூத்த மகளாகப் பிறந்தார். பாலாயிக்கு அருகில் உள்ள இராமபுரம் இவர் கணவரின் ஊர்.

1937இல் 19 கவிதைகள் கொண்ட 'லலிதாஞ்சலி' இவர் முதல் நூலாக வெளிவந்தது. அதே ஆண்டில் 'அம்பிகாஞ்சலி' என்னும் சிறுகதைத் தொகுப்பும் வெளிவந்தது. வெகு விரைவில் கலை நயம் செறிந்த சிறுகதாசிரியையாகப் புகழ் பெற்றார்.

வஞ்சி ராஜேசுவரி (1938), பாவ தீப்தி (1944), ஒரு பொட்டிச் சிரி (1958), நிசப்த சங்கீதம் (1959) என்பவை இவரது பிற கவிதைத் தொகுப்புக்கள். இவரது மணிவிழா ஆண்டில் தேர்ந் தெடுத்த அறுபத்தெட்டு கவிதைகள் அடங்கிய ஆயிரத்திரி என்னும் தொகுப்பு வெளியிடப் பெற்றது. சரண மஞ்சரி என்னும் பக்திப் பாடல் நூலும், தேன் துளிகள் என்னும் குழந்தைப் பாடல் நூலும் பிறவகைப் படைப்புகள் ஆகும்.

லலிதாம்பிகா அந்தர்ஜனத்தின் படைப்பாற்றல் தீவிரமாக இயங்குவது அவர்தம் சிறுகதைகளில்தான். ஆத்யத்தெ கதகள் (1937), மூடுபடத்தில் (1946), காலத்தின்ரெ ஏடுகள் (1949), தகர்ன்ன தலமுற (1949), கிளிவாதிலிலூடே (1950), கிராம பாலிகா (1951), கொடுங்காற்றில் நின்னு (1951), கண்ணீரின்ரெ புஞ்சிரி (1955), இருபது வருஷத்தினுசேஷம் (1956), அக்னி புஷ்பங்கள் (1960), சத்தியத்தின்ரெ ஸ்வரம் (1968), திரேந்திர மஜீம்தாருடெ அம்ம (1973) என்னும் பன்னிரண்டு சிறுகதைத் தொகுதிகளில் ஏறத்தாழ நூறு சிறுகதைகள் இடம் பெற்றுள்ளன.

அந்தர்ஜனத்தின் அற்புதமான நாவல் 'அக்கினி சாட்சி' 1977இல் வெளிவந்தது. நம்பூதிரி சமூகப் பெண்களின் அவலங்களைச் சித்திரிக்கும் மிகச் சிறந்த கலைப் படைப்பு இந்நாவல் என்பதால் எண்ணற்ற பரிசுகளையும் பாராட்டுகளையும் பெற்றது. மத்திய சாகித்திய அக்காதெமி, கேரள சாகித்திய அகாதெமி பரிசுகளோடு, வயலார் பரிசும், ஓடக்குழல் பரிசும் இந்நாவலுக்குக் கிட்டியுள்ளன. நனவோடை உத்தியையும், கவிதை துளும்பும் நடையையும் திறம்படக் கையாண்ட நாவல் இது.

இவரது பிற படைப்புகளில் குறிப்பிடத்தக்கவை — குஞ்ஞோமன், கோசாயி, பறஞ்ஞு கத என்னும் குழந்தை இலக்கியங்கள்; சீதை முதல் சாவித்திரி வரை என்னும் புராணப் பெண் பாத்திரங்கள் பற்றிய ஆய்வு நூல்; ஆத்ம கதய்க்கு ஓராமுகம் என்னும் தன் வரலாற்று நூல்; புனர்ஜன்மம், வீரசங்கீதம் என்னும் இரு நாடகங்கள்; சகுந்தலை என்னும் திரைப்படத்துக்காகக் கதையும் உரையாடலும்.

கேரள சாகித்திய அகாதெமியின் துணைத் தலைவராகத் திகழ்ந்த லலிதாம்பிகா அந்தர்ஜனத்தின் புகழ்மிக்க புதல்வர்களுள் ஒருவர் சிறுகதைப் படைப்பாளியான என். மோகனன்.

மொழிபெயர்ப்பாளர்

1. தீர்த்த யாத்திரை

கைலாய நாதனின் சடைக் கற்றைக்குள் அது அகப்பட்டுக் கிடந்தது. ஒரு துளியைப் போல, ஒரு கனவு போல, மரத்துப் போய்க் கிடந்தது. நூற்றாண்டுகள் உருண்டன; ஆயிரமாயிரம் ஆண்டுகள் கழிந்தன; யுகங்கள் கடந்தன. ஒரு ராஜரிஷி மனம் நொந்து ஓலமிடும் குரல் கேட்டது. 'வா, கீழிறங்கி வா. என் முன்னோர்களின் பாவத்தைத் துடைத்து நீக்கு. எங்களுக்கு வாழ்வு கொடு.'

அவனுடைய தவத்தின் அனல் கைலாயம் வரை உயர்ந்தது. அதனால் அது உருகலாயிற்று. இளகத் தொடங்கியது. துளும்பி வழிய லாயிற்று. வேதனையில் ஆழ்ந்து போன மனித ஆத்மா அழைத்த வழி யில் கீழிறங்கி ஓடியது. ஆகாயத்திலிருந்து பாதாளம் நோக்கி, உச்சியி லிருந்து பள்ளத்தை நோக்கி, எப்படிப்பட்ட இறக்கமாக இருந்தது அது! நொறுங்கித் தெளிந்து நுரை கக்கிக் கொண்டு அது நேரே ஓடத் தொடங்கியது இல்லை. பெருகத் தொடங்கியது. சலசலவென்ற ஒலி, 'வருகிறேன், வருகிறேன். இதோ நான் வந்து விட்டேனே!'

பால் போல் வெண்ணிறமான தண்ணீர். பனி போல் குளிர்ந்த தண்ணீர். மூழ்கி எழுவோரின் எல்லாப் பாவங்களையும் தீர்த்து வைக்கிற தீர்த்த நீர். ஒரு நிமிடம் அதையே அவர் பார்த்துக் கொண் டிருந்தார். மெல்லப் படிகளில் இறங்கினார். ஒரு படி, இரண்டாம் படி. கால் மரத்துப் போயிற்று. பற்கள் கிடுகிடுவென்று நடுங்கின. உட லுக்கா அல்லது மனதுக்கா அதிகமான குளிர்ச்சி? நினைத்துப் பார்த்தார். ஒரு வாழ்க்கைக் காலத்தின் கனவு மெய்ப்படுகின்றது. போய்ச் சேர வேண்டிய இடத்துக்குச் சென்று சேர்ந்து விட்டது போல.

கங்கை - பாகீரதி - புராணங்கள் பேசும் பழைய புண்ணிய நதி. புதியவர்களுக்கு ஜீவப் பெருக்கு. பாரதத்துக்கே சொந்தமும் உறவும் உள்ள பவித்திர நதி. அவர் அதில் ஆழ்ந்து ஆழ்ந்து இறங்குகிறார்.

கொஞ்சம் மூழ்கும் வரை குளிராக இருந்தது. மரத்துப் போனாற் போன்ற உணர்வு. அப்புறம்? எடுத்துச் சொல்ல முடியாத ஓர் இன்பம். ஒரு சுகம். ஆத்மாவையும் உடலையும் அது தழுவிச் செல்கிறது. அது வரையிலும் ஈட்டிய வினைத் தொடர்புகள் அற்றுப் போனது போல. விடுதலை அடைந்து விட்டது போல. அப்பொழுது தான் பிறந்த பச்சைக் குழந்தை போல.

மேலும் மேலும் ஆழ்ந்து மூழ்குகிறார். அலைகள் எழுகின்றன. அவை தலைக்கு மேல், வாழ்க்கைக்கும் மேல் பாய்ந்து மறைகின்றன. இதுவரையிலும் இருந்த அழுக்குகளையும், வேதனைகளையும், துக்கங் களையும் அவை கழுவி நீக்குகின்றனவோ? புதுப் பிறவி அளிக்கின் றாளோ அன்னை? கும்பலுக்கு நடுவே குளித்துக் கரையேறும் போது யாரோ கையைப் பிடித்திழுப்பது போல் தோன்றுவது ஏனோ? யார் அது? தெய்வீகமான ஒரு நெருக்கம். அடுத்த துறையில் அப்பு தன் மகளின் கையைப் பிடித்து மறைந்தவரின் அஸ்திக் கலசத்தை நதியில் விடும்படி செய்கிறான். அதற்குள்ளிருந்து அன்பு மிக்க உயிர் வெளியில் வந்திருக்குமோ? சின்ன வயதில் சொல்வது போல் அது, 'மெல்ல நட, மெல்ல நட' என்று சொல்லுவதாய் இருக்குமோ?

மறுபடியும் மறுபடியும் பின்னால் வருகின்றவர்கள் முன்னால் வந்தவர்களைத் தள்ளி ஒதுக்குகிறார்கள். தீர்த்தத் துறை ஒருவருக்கு மட்டுமா சொந்தம்? ஓயாத வெள்ளப் பெருக்கு, ஒழியாத பிரவாகம், கூட்டத்தில் நெருக்கியடித்துக் கொண்டு அவர் கரையேறிச் செல்லு கிறார். குளியல் முடிந்தது. இனி சடங்குகள் செய்ய வேண்டும். பிள்ளைகளே, எங்கே இருக்கிறீர்கள்?

வைகறையின் செந்தூரக் கிரணங்கள் விரியும் கங்கையின் திருமார்பில் ஆரத்தி[1] நடந்து கொண்டிருந்தது. ஓர் இலைத் தொன்னை யில் அரிசியும், பூவும், குங்குமமும் வைத்து எரியும் ஒரு திரியும் இட்டு மங்கலப் பிரார்த்தனையுடன் ஆற்றில் விடுகிறார்கள். நாம சங்கீர்த்தன மும், சங்கொலியும் முழங்குகின்றன. மிதக்க விடப்படும் ஆயிரக்கணக் கான விளக்குகளில் சில அப்பொழுதே மூழ்கி விடுவதும் உண்டு. வேறு சில கொஞ்ச தூரம் மிதக்கும்; அலைகளுக்கு நடுவே நகர்ந்து தள்ளாடி வெகு தூரம் போகின்றவை இருக்குமோ? எவ்வாறாயினும் திரிகளைத் திரைகளில் மிதக்க விடும் இந்த வழிபாடு இடைவிடாமல் தொடர்ந்து கொண்டே இருக்கிறது.

இன்னொரு நாளாக இருந்தால் தானும் ஓர் இலைத் தொன்னை வாங்கி விளக்கேற்றி, மங்கல ஆரத்தி நடத்தி இருக்கலாம். ஆனால்,

---

1. **கங்கை மாதாவைப் பூசித்து வணங்கும் ஒரு சடங்கு.**

இன்று அதைவிட விசேஷமான மற்றொன்றை இங்கே நீரில் விட வேண்டி இருக்கிறதல்லவா? ஒரு புண்ணிய வாழ்வின் மிச்சமான அஸ்திப் பூக்கள். புனிதமான நினைவுகள் - துக்கம் - கண்ணீர். வாழ்க்கை வெள்ளத்தில் இந்தப் பச்சிலைத் தோணி எவ்வளவு தூரம் பயணம் செய்திருக்கிறது! மூழ்கிப் போகுமோ என்று பல தடவை பயப்பட வைத்திருக்கிறது. ஆனால் மூழ்கவில்லை. மிதந்தே சென்றது. இப்படிப் பட்ட ஒரு மகா - பிரவாகத்தில் இனி முழுகி விட்டதால்தான் என்ன என்று அவருக்குத் தோன்றியது.

பிதிர்களுக்குச் சடங்கு செய்யும் துறையில், புரோகிதன் தேவுவை அமர்த்தி, கருமாந்திரச் சடங்குகளைச் செய்து கொண்டிருந்தான். அவள் எள்ளும், பூவும், தண்ணீரும் கையில் எடுத்துப் பிண்டம் அர்ப்பணம் செய்து கொண்டிருந்தாள். புரோகிதன் மந்திரம் சொல்லிக் கொண்டிருந் தான். அண்ணா, எங்களுக்கு இதனைத்தான் கொடுக்க முடியும்!' - பார்த்துக் கொண்டே இருந்த அவரது கண்ணும் மனமும் நிறைந்து வழிகின்றதே.

'ஸ்வஸ்தி பித்ரு பிதாமக ப்ரபிதா மகேப்யஃ ஸ்வஸ்தி' - தனக்கு முந்தி வாழ்ந்த முன்னோர்களை அவர் எண்ணிப் பார்த்தார். அப்பா, அம்மா, அப்பாவின் அப்பா, அம்மாவின் அம்மா — இப்படி ஏழு தலைமுறைக் காரர்களின் பெயர்கள் பிறக்கின்றன. அவர்களுடைய கூட்டுத் தொகை அல்லவா - தான்? ஒருவேளை அவர்களே தானோ? கங்கையிலிருந்து ஒரு கை தண்ணீர் அள்ளி எடுத்து அவர் தர்ப்பணம் செய்தார். மறைந்த வர்கள் எல்லாம் மோட்சம் அடையட்டும். பிறக்கப் போகிறவர்கள் வளம் பெறட்டும். தன்னோடும் தனக்கு முன்னும் பின்னும் இருக்கிற வர்கள் எல்லோருக்கும் மங்களம் உண்டாகட்டும்.

'சுஸ்ரார்த்த மஸ்து.' புரோகிதர் சடங்குகளை முடித்து ஆசீர்வாதம் செய்தாகி விட்டது. அவர் யோசிக்கலானார்; இன்னும் ஏதேனும் பாக்கி இருக்கிறதா? கைப் பையைத் திறந்து ஒரு சிறிய பொட்டலத்தை எடுத்து, முடிச்சை அவிழ்த்து நதியில் வீசக் கையை உயர்த்தியவர் சட்டென நிறுத்திக் கொண்டார். 'இதற்கு இன்னும் நேரமாகவில் லையே. இன்னும் ஒரு சடங்கு பாக்கி இருக்கிறதே.' குழப்பத்தோடு அவர் சுற்றுமுற்றும் பார்த்தார்.

சூரியன் மேலே உயர்ந்திருந்தது. பொன் வெயில் பட்ட அலைகளில் ஆரத்தித் தீபங்களும், பூக்களும் மிதந்து சுழன்று கொண் டிருந்தன. கும்ப மேளாத் திருவிழா முடிந்திருந்த காலம். தீர்த்தத் துறையிலும், தெருக்களிலும் காவியுடை தரித்த துறவிகள் நிறைந்து நகரம் முழுக்கக் காட்சி தந்தனர். பல நாடுகளிலிருந்து வந்தவர், பல மொழிகள் பேசுகின்றவர்கள், நிர்வாணமானவர்கள், நாக சன்னி

யாசிகள், எல்லாரும் மோட்சத்தை நாடுபவர்கள். இந்த மோட்சம் என்பதுதான் என்ன? தனித் தனியாக ஒவ்வொருவரும் தேடி அலையும் அந்த இன்பம்? சட்டென்று இறந்த காலத்தின் ஏதோ ஒரு குகையில் இருந்து மனதுக்குள் ஒரு வாக்கியம் ஒலித்தது; 'உங்கள் மோட்சத் திற்காகவே நான் தவம் செய்கிறேன். உங்கள் இன்பத்துக்காக நான் துன்புறுகிறேன். இந்தத் துன்பத்தையேனும் எனக்குக் கொடுங்கள்.'

'அப்படிச் சொன்னது யார்? யாராக இருக்கும்? எப்போது சென்னார்? எங்கே சொன்னார்?... அடடா... ஞாபகம் விட்டுப் போய் விட்டதே. ஏழு தலைமுறைக்காரர்களான முன்னோர்களில் யாரேனும் சொன்னதோ? அல்லது உயிரோடு இருக்கிறவர்களிலேயே மறந்து போன ஏதாவது நண்பர்களுடைய நடுங்கும் குரலா?'

களைப்போடு படி ஏறிக் கொண்டிருக்கும் போது ஏதோ நினைவுக்கு வந்து அவர் நின்றார்; 'இங்கே எங்கே ஓர் இடத்தில் தானே அவர் இருக்கிறார் என்று கேள்விப்பட்டேன்... அவர்... அவர்... இப்போது அவர் பெயர் என்னவாக இருக்குமோ?'

பக்கத்தில் நின்று கொண்டிருந்த ஒரு வயதான துறவியிடம் அவர் இந்தியில் கேட்டார்; "சுவாமி சுத்தானந்தஜியின் ஆசிரமம் எங்கிருக் கிறது என்று சொல்ல முடியுமா? எவ்வளவு தூரம் போக வேண்டும்?"

அந்தத் துறவி திரும்பிப் பார்த்தார்; "அது... அது... உறுதியாகத் தெரியவில்லை. ரிஷிகேசமாக இருக்கலாம். வியாசர் குகைப் பகுதியில் இருக்கலாம். வசிஷ்டர் குகையாகவும் இருக்கலாம். நான் இப் பகுதியைச் சேர்ந்தவனல்ல. அதோ அங்கே உட்கார்ந்திருக்கும் மாதாஜி யிடம் கேளுங்கள். அவருக்குத் தெரியாமல் இருக்காது."

தீர்த்தத் துறையின் விசாலமான படியில் தியானத்தில் இருந்தார் அந்தப் பெண் யோகி. சுற்றிலும் சீடர் குழாம் கீர்த்தனைகள் பாடிக் கொண்டும், கைத்தாளம் ஒலித்துக் கொண்டும் இருந்தனர். தீபாராதனை காட்டுகின்றார்கள். சுடர் ஒளி வீசும் அன்னை. பார்த்தால் யாருக்கும் கைகூப்பத் தோன்றும். மக்கள் கூட்டம் கொஞ்சம் கலையத் தொடங்கிய போது, அவர் அப்பெண் துறவியின் பாதங்களில் வணங்கி எழுந்தார்; குளிர்ந்த விரல்கள் தலைமீது படிகின்றன.

"ஸ்வஸ்தி, ஸ்வஸ்தி, ஸ்வஸ்திர் பவது!"

அடக்க முடியாத ஆவலோடு அவர் கேட்டார்:

"அம்மா! சுவாமி சுத்தானந்தஜியின் ஆசிரமம் எங்கிருக்கிறது என்று தங்களுக்குத் தெரியுமா? அங்கே போகும் வழியைத் தெரிவிப் பீர்களா?"

மாதாஜி தலையை உயர்த்தாமல் சொன்னார்: ''பகவான் சுத்தானந்தஜி அமரராகி விட்டாரே!''

''அது எனக்குத் தெரியும். ஆனால், அவருடைய சிஷ்யையாக என் நெருங்கிய உறவினர் ஒருவர் இருந்தார். அவரை நான் பார்க்க வேண்டி இருக்கிறது.''

மாதாஜி ஒரு கணம் நடுங்குவது போல் தோன்றியது. அவருடைய தலை நடுங்கியது. ''குருதேவருக்கு எத்தனையோ சிஷ்யைகள் இருக்கிறார்களே, அவர்களில் ஒருவர் என்றால் எப்படித் தெரிந்து கொள்ள முடியும்? அவர் பெயர் என்ன?''

''அவர் பெயர்...பெயர்?'' 'என்ன சொல்வது தேவகி மானம் பள்ளி என்பதா? தேவிபகன்[1] என்பதா? தேவியக்கா என்பதா?' கொஞ்ச நேரம் அவர் சிந்தனையில் ஆழ்ந்தார். ''அவர் ஆதிசங்கரரின் பரம்பரையில் வந்த ஒரு பிராமணப் பெண். பெயர் தேவகி. தேவிபகன் என்றும் அழைப்பதுண்டு. எனக்கு மிக நெருக்கமான உறவுக்காரர். பிரிந்து நெடுநாளாகி விட்டது. இப்போதைய அவர் பெயர் தெரியவில்லை.''

மாதாஜி அவரைச் சந்தேகப் பார்வையுடன் உற்று நோக்கினார். தொடர்ந்து கேட்டார். ''தேவிபகனுடைய உறவுக்காரர் என்றீர்களே, பெயர் என்ன?''

பெயர் சொன்னார் அவர். பழைய பெயரையும் புதிய பெயரையும் சொன்னார் — ''லட்சுமி என்று பெயர் வைத்து, தங்கம் என்று அழைக்கப்பட்டிருந்த திருமதி. கே.எம்.கே. நாயர்.''

மாதாஜியின் முகம் மீண்டும் நிறம் மாறியது. உணர்ச்சி அற்றுப் போயிருந்த அந்தக் கண்களில் நீர் ததும்பியதோ? நரைத்த புருவங்கள் நெளிந்தனவோ? கட்டுப்பாடுகளை விட்டு உடைந்து நெகிழ்ந்த துக்கம் அந்த முகத்தில், எத்தகைய இருட்டு நிழல்... எத்தகைய இருட்டு நிழல்!...

திருமதி நாயரின் மனதில் திடீரென ஒரு சந்தேகம் எழுந்தது. மாதாஜியின் பாதங்களை இறுகப் பிடித்து அழுது கொண்டே அவர் கேட்டார்: ''மன்னித்து விடுங்கள்! தங்களின் பூர்வாசிரமம் மத்திய கேரளத்தில் சூர்ணா நதிக்கரை அருகில்தானே? தங்களின் பூர்வாசிரமப் பெயர்...?''

மாதாஜி மிகக் கடுமையான பதற்றமடைந்தார். கேள்வியை முடிக்கு முன்பே அவர் குறுக்கிட்டார்; ''போதும். இதை நினைவில் வைத்துக் கொள். ஒரு துறவிக்குப் பூர்வாசிரமம் எதுவும் கிடையாது; கிடையவே கிடையாது. இருக்கவும் கூடாது. நான் ஒரு துறவி,

1. பகன் - இந்தி மொழியில் சகோதரி என்று பொருள்.

சுமித்திரானந்தா என்று அழைப்பார்கள். இதை மட்டும் தெரிந்து கொண்டால் போதும்."

இதைப் பேசி முடித்ததும் அத்துறவி அவசரமாய் எழுந்தார். சிஷ்யைகளுடன் துறையை விட்டுத் தாண்டி விரைந்து நடந்து செல்லலானார். மக்கள் கூட்டத்திற்குள் கரைந்து மறைந்தார்.

பார்த்துக் கொண்டே நின்ற திருமதி நாயரின் கண்களில் கண்ணீர் நிரம்பியது. இதயம் துடித்தது. "என் தேவிபகன்... என் பெரியக்கா... என்... என் குருவே... நீங்கள் எங்களுக்கெல்லாம் மோட்சம் அளித்து விட்டு, உங்களுக்கு மோட்சம் தேடப் புறப்பட்டு விட்டீர்களா? இது தானே உண்மையான மோட்சம்? ஆசைப்பட்டதையெல்லாம் நிராகரிப்பதோ? அப்படியானால்... அப்படியானால்... இதோ நீங்கள் தோற்றுப் போய் விட்டீர்கள். இன்று இந்த நாளில் நாம் சந்தித்து விட்டோம். நாம் ஒருவரையொருவர் தெரிந்து கொண்டோம். இனி நான் உங்களைச் சும்மா விடமாட்டேன்..."

தன் கையிலிருந்த சிறிய பொட்டலத்தைக் கெட்டியாகப் பிடித்தபடி திருமதி நாயர் தன்வசமிழந்து நின்றார். நீண்ட நாளாய்த் தேடி அலைந்து கண்டெடுத்த விலை மதிப்பு மிக்க ஒன்றைக் கைவிடுவதா? அல்லது கைப்பற்றுவதா? என்ன செய்வதென்று அவருக்குத் தெளிவாக வில்லை.

2. அப்பனின் மகள்

"*அம்மா!*"

மகன் முதுகில் தட்டி அழைத்த போதுதான் அம்மாவுக்கு நினைவு திரும்பியது. "அம்மாவுக்கென்ன, சாமியாராகிற எண்ணமா? கங்கையில் ஒரு முங்கு போட்ட உடனேயே இப்படிப் பற்றில்லாமல் போகுமானால், தீர்த்த யாத்திரை முடியும் போது என்ன ஆகும் கதை?"

அம்மா சிரித்தார்: "இல்லை அப்பா! அப்படியெல்லாம் பயப்படாதே. இந்த அம்மா சன்னியாசம் மேற்கொள்ள மாட்டாள். அப்படி ஒரு நினைப்பிருந்தால் முந்தி எப்பொழுதோ அதைச் செய்திருப்பேன்" திருமதி நாயர் மனதில் நினைத்தது முழுவதையும் சொல்லவில்லை. ஏதோ நினைவில் ஆழ்ந்தவராய்ச் சிறிது நேரம் நிறுத்தி விட்டு அவர் கேட்டார்: "நீ விதியை நம்புகிறாயா அப்பா?"

"இல்லை அம்மா," அவன் சொன்னான்.

''நீங்கள் எல்லோரும் சேர்ந்து இப்படித்தானே எனக்குக் கற்றுக் கொடுத்திருக்கிறீர்கள்! மனிதனைக் காட்டிலும் மேலானது எதுவும் இல்லை என்று நான் நினைக்கிறேன். பௌதிக விஞ்ஞானம் அதைத் தானே சொல்கிறது என்றெல்லாம். பிறகு அம்மாவின் நம்பிக்கைக்காக இதையெல்லாம் செய்து காட்டுகிறீர்கள். அவ்வளவுதானே.''

அவர் ஆழ்ந்து பெருமூச்செறிந்தார். ''சரி. மாமா சொல்வதுண்டு 'விதி போகிற வழியில் அறிவு போகும். அறிவுதான் மனிதனை வழி நடத்துகிறது. அதனால் விதியைவிட வலியது எதுவும் இல்லை' என்று. இன்று எனக்கு நன்றாகப் புரிந்து விட்டது. என்னுடைய வாழ்க்கையில் இப்படி ஒரு நாள் அமைந்ததே இல்லை. அதைப் புரிந்து கொள்ள உனக்கு முடியாது. இருக்கட்டும். நாம் இன்றைக்கே திரும்ப வேண் டுமா?''

''ஆமாம்'' மகன் சொன்னான். ''எனக்கு ஒரு நாள் விடுமுறைதான் இருக்கிறது.''

''கொஞ்சம் பொறுத்துக் கொள் அப்பா!'' அம்மா கெஞ்சினார். ''இரண்டு நாட்கள் இஙகே தங்கலாம். எனக்கு ஏனோ இங்கிருந்து புறப்பட மனமில்லை. மாமாவைப் பற்றியே நினைவுகள்... அத்தை யைப் பற்றியும்... ஆ.... அதுவும் ஒரு விதி... விதி இல்லாமல் இப்படி நேருமோ?''

அவர் சோர்ந்து போய் நின்றார். மகன் தலை நிமிர்ந்து பார்த்தான். அம்மா ஒரு போதும் இப்படிப் பேசிக் கேட்டதில்லை. ஒரு சலுகையை யும் அவர் கேட்டதில்லை. இவ்வளவு சோகத்தோடு, இவ்வளவு சிந்தனை வசப்பட்டு அவரைப் பார்த்ததில்லை.

''சரியம்மா, உங்கள் விருப்பம் போலவே ஆகட்டும். ஏதாவது ஒரு நல்ல ஓட்டலில் நாம் வாடகைக்கு அறை எடுத்துக் கொள்ளலாம். தேவு களைத்துப் போய் விட்டாள். பாட்டியினுடைய செல்லப் பேத்தி அல்லவா? கையைப் பிடித்துக் கொள்ளுங்கள்.''

பேத்தியின் தோளில் கைவைத்து அவர் மெல்ல நடக்கலானார். நடந்து போகும் பாதையில் பலரிடமும் கேட்டார்: ''யோகினி மடத்து மாதாஜி ஆசிரமம் எங்கிருக்கிறது? எவ்வளவு தூரம்?''

பெரும்பாலானவர்கள் தாங்களும் திகைத்துப் போய் நின்றார்கள். சிலர் சொன்னார்கள்: ''அது காசியில் அல்லவா இருக்கிறது? ரிஷி கேசத்தில் அல்லவா இருக்கிறது? பத்ரியில் அல்லவா இருக்கிறது?'' யாராலும் சரியாக விவரம் தர முடியவில்லை. ஒரு கிழத் துறவி சொன்னார்: ''சுமித்திரானந்த சரஸ்வதியைப் பற்றி விசாரிக்கிறீர்கள் என்றால், இங்கிருந்து நாற்பது கல் தொலைவில் கங்கைக் கரையில்

அவர் மடம் இருக்கிறது. அவர் ஒரு ஞானி. பெண்களை மட்டும் சிஷ்யைகளாக ஏற்றுக் கொள்வார். சாயங்காலம் சத்சங்கம் கூடும் நேரத்தில் போனால் பார்க்கலாம்.''

பேத்தி மிகவும் களைத்துப் போய் விட்டாள். பகல் முழுவதும் நடந்து அலைந்திருக்கிறாளே? பசியாகவும் இருக்கும். சலிப்பாகவும் இருக்கலாம். அறுபதுக்கும் பதினாறுக்கும் இடையில் உள்ள வித்தியாசம் கொஞ்சமல்ல. எதற்காக இந்த விளையாட்டுச் சிறுமியை இங்கே அழைத்து வந்தோம்? அவளுடைய கை விரல்கள் வழியே நீரைச் சொரிந்தால்தான் மோட்சம் கிடைக்கும் என்று கருதியது பழைய தலைமுறைகளின் மீது வைத்த மரியாதையினாலா? அல்லது பயன் இல்லாத வெற்று நம்பிக்கையினாலா? தூக்கம் முத்தமிடத் தொடங்கிய கண்களோடு இருந்த அவளை அவர் இறுகப் பற்றிக் கொண்டார்.

ஒரு பெரிய ஓட்டலில் இரண்டு நல்ல அறைகளை வாடகைக்கு எடுத்துக் கொண்டார்கள். சுவையான உணவு. சுகமான படுக்கைகள். ஆனால், திருமதி நாயருக்கு ஏனோ எதனையும் சாப்பிடத் தோன்றவில்லை. உணவு மேசைக்கருகில் அவர் ஊமையாக உட்கார்ந்திருந்தார்.

மகன் கேட்டார்: ''அம்மாவுக்கு ஏதாவது கொஞ்சம் பாலும் பழமுமாவது கொண்டு வரச் சொல்லட்டுமா? ஒன்றும் சாப்பிடா விட்டால் வாயுத் தொந்தரவு வரும். உடம்பு சரியில்லாமல் போனாலும் போகும்.''

''ஒன்றும் வேண்டாம் அப்பா. நீங்கள் எல்லாம் சாப்பிட்டு விட்டுப் படுத்துத் தூங்குங்கள். நான் இந்த மாடியில் சிறிது நேரம் இருக்கிறேன். நல்ல காற்று. நல்ல தரிசனம். புண்ணிய பூமியல்லவா?''

'அம்மா ஏதோ சிந்தனைகளால் துக்கம் கொண்டிருப்பதாக மகனுக்குத் தோன்றியது. அம்மா ஆழ்ந்த எண்ணங்களில் மூழ்கியிருந்தார். பேச விருப்பம் இல்லாதவராய் இருந்தார். வாழ்வின் ஏதோ புனிதமான நினைவில் கரைந்திருப்பது போன்று அவர் காட்சி தந்தார். திறந்த வெளித் திண்ணையில் ஒரு கான்வாஸ் நாற்காலியில் அவர் அமர்ந்திருந்தார். கங்கையிலிருந்து குளிர்ந்த காற்று மேல் நோக்கி வீசிக் கொண்டு இருந்தது. கீழே தெருவில் மக்கள் வெள்ளம் பாய்ந்து கொண்டிருந்தது. சங்கொலிகளும், பக்திப் பாடல்களும் முழங்கிக் கொண்டிருந்தன. இந்தத் தீர்த்தத் துறைக்குத் தூக்கம் என்பதே கிடையாதோ? ஞானிகளையும், பற்றற்றவர்களையும், போக மயக்கம் மிக்கவர்களையும், கபட வேதாந்திகளையும் இந்தக் கூட்டத்தில் ஒன்றாகப் பார்க்கலாம். மோட்சம் என்பது சத்தியமானால் அது எப்படிச் சில மனிதர்களுக்கு மட்டுமே கிடைக்கின்றது!

மீண்டும் திடீரென்று அந்தப் பழைய பல்லவி மனதில் எழுகின்றது. 'உங்கள் மோட்சத்திற்காகவே நான் தவம் செய்கிறேன். உங்கள் இன்பத்துக்காக நான் துன்புறுகிறேன். இந்தத் துன்பத்தை யேனும் எனக்குக் கொடுங்கள்.'

...இல்லை, அக்கா, இல்லை. அதை நான் பங்கு போட்டுக் கொள்ளுவேன். இன்று முதல் உங்கள் துக்கம் என்னுடையதும் கூடத் தான். பெண் குலத்துக்காக எல்லாவற்றையும் அர்ப்பணம் செய்த தாங்கள் இந்த நினைவையாவது எனக்குக் கொடுங்கள்...

திருமதி நாயர் எங்கோ தொலை தூரத்தை நோக்கியவாறு இருந்தார். இறந்த காலத்தின் பாதை அதன் எல்லை வரை நீண்டு கிடந்தது. மிகப் பழக்கமான ஒரு கிராமம். வீடு. இங்கே திருமதி நாயர் இல்லை, சுமித்திரானந்தா இல்லை. வெறும் தேதிக்குட்டி. தேதிக்குட்டி வீடு. சிறிய தம்புராட்டி எசமானி. அக்கா, சரிகைப் புடவையைக் கசங்க உடுத்துத் தோடும் சிறு தாலியும்[1] அணிந்து வெண்கல வளை பூட்டி, மாந்தளிர் போல் மெலிந்து வெளுத்த மானம்பள்ளி மனையின் புதிய சின்ன எசமானியம்மா.[2] அவர் புக்ககம் வருவதை முன்னிட்டு எழுந்த ஊர்வலம் இப்போது நடக்கிறது. வாத்தியமும் குரவை ஒலியும் உண்டு. நாகசுரம் உண்டு. வேத முழக்கமும் உண்டு. சிவந்து நீண்ட இனிய முகத்தோடு பெரிய அண்ணன் தட்டுச் சுற்றி வேட்டி கட்டி, மேல் துண்டு அணிந்து முன்னால் நடக்கிறார். பின்னால் நெருக்கியடித்துக் கொண்டு வரும் ஓலைக் குடைகளுக்கு இடையில் முகூர்த்தப் பட்டு மூடிய ஓர் உருவம். மருதாணி இட்ட கால்கள் மெல்ல அசைகின்றன. அடி வைத்து அடி வைத்து முன்னேறுகின்றன. மங்கல மந்திரங்கள் ஒலிக்கின்றன. மறுபடியும் ஆரவாரம். குரவை ஒலி.

வேதம் ஓதும் நம்பூதிரி சொல்லுகிறார்: ''குல தெய்வத்தை நல்ல படியாகக் கும்பிட்டு வலது காலை எடுத்து வீட்டுக்குள் வையுங்க.''

''ஆறப் பூவே... பூய்... பூய்!

குலு குலு குலு குலு...''

ஆரத்தித் தட்டெடுத்த பெண்கள் இரண்டு வரிசையாய் நின்று எதிர்கொள்கிறார்கள். செத்திப் பூவையும், வேறு மலர்களையும் மழை பொழிவது போல் எடுத்து வீசிக் கொண்டிருக்கிறார்கள். மானம்பள்ளி

---

1. 'சிற்றும் சிறுதாலியும்' என்று இணைத்துச் சொல்வது கேரள மரபு.
2. குஞ்ஞூலத்தலம்ம - பெரிய நம்பூதிரிக் குடும்பத்தில் இளைய தலைவி. தமிழ்நாட்டில் தாய், அம்மன் என்று ஜமீன் குடும்பப் பெண்களை அழைப்பதற்குச் சமம்.

இல்லத்தில் மங்கல தேவதை குடியேறுகிறாள். இதிலிருந்து இனி இப்பெருங் குடும்பத்தின் தொடர்ச்சி.[1]

அரிசி மாக் கொண்டு கோலங்கள் போட்டு நிறைநாழியும் குத்து விளக்கும்[2] வைத்த நடு முற்றத்தில் ஆசனப் பலகை போட்டு அதில் அண்ணனும், அண்ணியும் அமர்கிறார்கள். சுமங்கலி பெண்கள் அரிசி யும் பூவும் தலையில் தடவி இடுகிறார்கள். இனிப்புக்கள் ஊட்டு கிறார்கள். அப்பமும், மலரும் தட்டிப் பறித்துக் கொண்டு ஓடக் குழந்தைகள் நாற்கட்டு மனையில் கூடுகிறார்கள். இந்தக் காட்சிகளை யெல்லாம் காணும் ஆசையோடு ஒரு பதினாலு வயசுக்காரி உள் வீட்டில் நுழைந்து ஏறிக் கொண்டிருந்தாள். இடை நாழியின் எல்லையை அடைந்த போது ஒரு கடுமையான குரல்: ''அய்யே... வெளியே போ பெண்ணே!... எல்லாம் தொட்டுத் தீட்டாக்கிட்டியே. எங்க கண்ணை ஏமாத்தீட்டியே, அப்பன் நம்பூதிரி மகளானதாலேயே சூத்திர ஜாதி இல்லையின்னு ஆகுமா?''

பெண் குழந்தை நடுங்கிப் போனாள். யாருடைய குரல் இது? அண்ணனின் அம்மாவுடையதா? தண்ணீர் பிசாசுப் பாட்டியுடையதா? பைத்தியக்காரச் சின்னம்மாவுடையதா? எல்லோருடையதும் சேர்ந்ததா?

சிறுமி தலைகுனிந்து திரும்பினாள். அவளுடைய முகம் சிவந்தது. கண்களில் கண்ணீர் ததும்பியது. உதடுகள் நடுங்கின. எப் பொழுதும் முணுமுணுத்துக் கொண்டு கிண்டியும் தண்ணீருமாகக் குதித்துக் குதித்து நடக்கும் தண்ணீர்ப் பிசாசு பாட்டி சொல்லியிருந்தால் இவ்வளவுதானே என்றிருக்கலாம். எல்லாரும் புறக்கணிக்கிற பைத் தியக்காரச் சின்னம்மாவாக இருந்தாலும் அப்படித்தான். சாதாரண நிலை யிலாக இருந்தால் எல்லாரும் பார்க்கும்படி அப்படியிப்படிப் பழித்துக் காட்டி விட்டு ஓடி விடலாம். ஆனால், இன்று — இந்தச் சிறப்பான நாளில் — பல விருந்தினர்கள் முன்னிலையில் இந்த அவமானத்தைப் பொறுத்துக் கொள்ள முடியாது. வெளித் திண்ணையில் ஒதுங்கி நிற்கும் நேத்தியார் அம்மையின்[3] அருகில் வருவதற்குள் அழுகை பொங்கி விட்டது. அவர் வியப்படைந்தார்.

''என்ன! தங்கத்துக்கு அழுகை வந்துட்டுதா? அடடே? இந்த நல்ல நேரத்தில் யாராவது அழுவாங்களா? ஏம்மா இப்படி?''

---

1. மலையாளத்தில் பாரம்பரியமான பெருங்குடும்பம் தறவாடு எனப் படும்.
2. பத்ர தீபம்
3. கொச்சி அரசர் குடும்பத்துக்குப் பெண் கொடுத்த நாயர் குடும்பப் பெண்கள் இப்படிச் சிறப்புப் பட்டத்துடன் அழைக்கப்பட்டவர்.

தங்கம் விம்மினாள். ''எனக்கு உண்ணி அண்ணனின் அண்ணியைப் பாக்கணும். அம்மா... உள் வீட்டுக்குள் வரக் கூடாதுங்கறாங்க அகத்து அம்மா.[1] நான் சூத்திரச்சியாம்.''

நேத்தியார் அம்மா சிரித்தார்: ''முட்டாள் பெண்ணே! அதுக்காகவா இப்படி அழுகை? குடிவைக்கிற சடங்கெல்லாம் முடியட்டும். அப்புறம் பார்க்கலாமே. எப்பவும் பார்க்கலாம். நாம் பார்க்கிறதுக்குத் தானே சின்ன அகத்தம்மாவைக் கொண்டு வந்திருக்கிறாங்க!''

ஆனால், கடுமைக்குப் பெயர் போன அப்பன் நம்பூதிரியின்[2] ஒரே மகள் தோல்வியை ஏற்றுக் கொள்ள மாட்டாள். அவமானத்தை அவள் தாங்க மாட்டாள். உன் வீட்டில் ஆரவாரமும் உற்சாக ஒலிகளும் எழுகின்றன. குழந்தைகள் அப்பமும், பொரியும் வாரிக் கொண்டு ஓடுகிறார்கள் போலும்! புறத் தளத்தில் பாயில் பெண்ணையும் மாப்பிள்ளையையும் உட்கார வைத்திருக்க வேண்டும். தனக்கு அங்கு போக அனுமதி இல்லை. சூத்திரச்சி அல்லவா?

மானம்பள்ளி அப்பன் நம்பூதிரியின் மகளான தான் எப்படி சூத்திரப் பெண் ஆக முடியும்? விலக்கப்பட்ட வசதி வாய்ப்புக்கள் ஒன்றும் தனக்கு வேண்டியதில்லை.

அம்மாவின் கையை உதறிக் கொண்டு அவள் முற்றத்தில் இறங்கி ஓடினாள். அவள் இப்போது அழவில்லை. யாரோடும் அவளுக்குச் சண்டை இல்லை. கச்சேரி மாளிகை என்று அழைக்கப்பட்டிருந்த தன்னுடைய பத்தாயப் புரையில்[3] தன்னுடைய அறையில் நுழைந்து கதவைச் சாத்திக் கொண்டாள். எதுவும் நடக்காதது போல் பாடப் புத்தகங்களை எடுத்துப் படிக்க முயற்சி செய்தாள். நேத்தியார் அம்மைக்கு மகளுடைய பிடிவாதம் நன்றாகத் தெரியும் அல்லவா? நாலைந்து ஆட்களை அனுப்பியும் காணாததால், உணவு வகைகள் அனுப்பப் பட்டன. எத்தனை வற்புறுத்தியும் தங்கம் ஒரு பருக்கை கூடத் தொட வில்லை. அவளுக்குப் பசியே இல்லை. ருசியும் இல்லை. குடி வைக்கும் சடங்கை ஒட்டி நடந்த விருந்து முடிந்து திரும்பும் மக்களின் சந்தடி வெளியே கேட்டுக் கொண்டிருந்தது.

---

1. அகத்தம்மா - தறவாட்டுத் தலைமை நம்பூதிரியான அச்சன் நம்பூதிரி மனைவி (ஆத்தேம்மா).
2. தலைமை நம்பூதிரிக்குத் தம்பியாக இருப்பவருக்கு அப்பன் நம்பூதிரி என்று பெயர்.
3. பத்தாயப் புர - நெல் கொட்டும் அறையோடு கூடிய பெரிய வீட்டின் ஒரு பகுதியை இவ்வாறு அழைப்பர்.

யாரோ ஒருவர் சொல்லிக் கொண்டிருந்தார்: ''உண்ணித் தம்பிரானுக்குத் தம்பிராட்டியைச் சமமாகச் சொல்ல முடியாது. அவ்வளவு நிறமில்லை உண்ணித் தம்பிரானோட நிறம், தரம், முகப் பொலிவு எப்பேர்ப்பட்டது!''

இன்னொருத்தி: ''பச்சைக் கமுகம் பாளை மாதிரி வெளுத்திருந்தால் அழகாகி விடுமா? இது நல்ல ரத்தம் பாய்ந்த செந்நிறம். அடர்த்தியான இமைகள், புருவம். என்னுடைய நோட்டத்தில் சின்னத் தம்புராட்டிக்கு முக லட்சணம் அருமையாக இருக்கிறது.''

வேறொருவர்: ''ஆமா... நிறமும் தரமும் பார்த்து ஆச்சரியப்பட்டு என்ன பிரயோசனம்? இது ஜாதகப் பொருத்தத்தில் வந்த காரியமாக்கும். உண்ணித் தம்பிரானுக்குச் செவ்வாய் தோஷமாம். எத்தனையோ ஜாதகங்களை எல்லாம் விலக்கி விட்டுச் சங்கரவாரியர் இது ஒண்ணைத் தான் தேர்ந்தெடுத்தாராமில்லே? உண்ணி நம்பூதிரிக்கும் நல்ல பொருத்தமாகச் சேரும். தறவாட்டுக்கும் நல்லது. இந்த வட்டாரத்தில் இப்படி ஒரு விசேஷம் பூர்விகமாக நடந்திருக்கிறதா? பெரிய எசமானே பாயசக் கோமுகம் எடுத்து இரண்டாம் தரம் பரிமாறினாரே?''

தங்கம் இதையெல்லாம் கேட்டிருந்தாள். பேசாமல் படுத்துக் கிடந்தாள்.

ஒரு சித்திரம் மனதில் தோன்றியது. மாந்தளிர் போன்ற நிறமுள்ள, அடர்ந்த இமைகள் உள்ள, நாணம் நிரம்பிய ஓர் இளம் பெண் பாயசக் கோமுகத்தோடு நிற்கிறாள். மதுரம், மதுரம், திருமதுரம்.

உறங்கி விட்டோமோ? இல்லை. கனவா இது?

3. அக்கா

அது ஒரு பழம்பெரும் குடும்பமாக இருந்தது. சந்தானங்களும், சம்பத்தும் நிறையவே இருந்தது. ஆனையும், அம்பாரியும், மேனாவும் இருந்தன. முன்னோர்களில் ஒருவர் திவானாக இருந்தாராம். இன்னொருவர் படைத் தலைவராக இருந்திருக்கிறார். அவருடைய பாட்டிக்குப் பாட்டிக்குப் பாட்டி ஒரு மகாராஜாவுக்கு ராணியாக இருந்திருக்கிறார். அன்று முதல் நேத்தியார் அம்மா என்ற பட்டம் பெண்களுக்குக் கிடைத்தது. ஆண்களுக்குப் படைநாயர் என்ற தகுதியும் கிடைத்தது. அரசர்களும், வளம் படைத்த நம்பூதிரிகளும் மட்டுமே அங்கு

சம்பந்தம் *(மண உறவு)* வைத்துக் கொண்டார்கள். இப்பழம் பெரும் குடும்பம் பெருமையுடன் ஒளி வீசிக் கொண்டிருந்த காலத்தில் தண்டனை கொடுப்பதற்கும் கொலை செய்வதற்கும் கூட இவர்களுக்கு அதிகாரம் இருந்ததாம். காலத்தின் ஓட்டத்தில் எல்லாம் மாறிப் போயிற்று. செல்வம் அழிந்தது. மக்கட் செல்வம் பெருகிப் போயிற்று. கன்னிப் பெண்கள் தம்புரான்களோ, நம்பூதிரிகளோ வருவதற்குக் காத்துத் தவமிருந்தார்கள். கடவுள் திருநாம ஜபம் செய்வதிலும், அதி காலை வழிபாடு *(நிர்மால்யம்)* செய்வதிலும் காலம் கழித்து வாட்டத் தில் வாழ்ந்தார்கள். இப்படிப்பட்ட நிலையில் தான் மானம்பள்ளி அப்பன் நம்பூதிரி[1] அந்த நாயர் குடும்பத்தைச் சேர்ந்த அம்மாளுக் குட்டியைக் கண்டு ஆசைப்பட்டார். அப்பன் நம்பூதிரிக்கு நாற்பது வயது தாண்டியிருந்தது. அம்மாளு அம்மாவுக்கோ இனிய பதினேழு வயது. இருந்த போதிலும் நாயர் குடும்பத்தார் இந்த மண உறவை ஒரு பேறாக நினைத்தார்கள்.

மத்திய கேரளத்தில் மானம்பள்ளி மனை புகழ் வாய்ந்த குடும்பமாக இருந்தது. எளிமை மிக்க அச்சன் நம்பூதிரி[2] நீராடுவதும், பிரார்த்தனை செய்வதும், சதுரங்கம் விளையாடுவதுமாக இல்லத்தின் முன் திண்ணையில் காலம் கழித்துக் கொண்டிருந்த போது இந்த அப்பன் நம்பூதிரி குடும்ப நிர்வாகத்தை மேற்கொண்டு ஆட்சி நடத்தி வந்தார். கிராமத்திலிருந்த வளமான நிலங்களிலிருந்து வந்த நெல் மானம்பள்ளிக் களஞ்சியங்களை நிறைத்தது. கம்பீரமான யானைகள் மனை வாசலில் கட்டப்பட்டிருந்தன. நிலங்களின் குத்தகை பணமாக்கப் பட்டு வட்டிக் கடைகளில் வளர்ந்து பெருகிக் கொண்டிருந்தது. வலிமை மிக்கவரும், சாமர்த்தியசாலியுமான அப்பன் நம்பூதிரி நினைத்தால் நாட்டில் முடியாதது எதுவுமில்லை என்று பெயர் பெற்றிருந்தார்.

நாயர் குடும்பப் பெண்கள் அதுநாள் வரை தங்கள் இல்லம் விட்டு வெளியே வந்ததில்லை. திருமண உறவு கொண்ட ஆண்கள் அவர்கள் வீட்டுக்குப் போவார்கள். ஆனால், அப்பன் நம்பூதிரி மானம் பள்ளி இல்லத்தின் அருகிலேயே இருந்த பத்தாயப்புரை என்னும் பகுதியைப் புதுப்பித்துக் கட்டி அதற்குக் கச்சேரி மாளிகை என்று பெயரிட்டு, மனைவியை அங்கே அழைத்து வந்த போது யாரும் எதிர்க் கருத்து கூறவில்லை. அரசரின் மனைவிக்குக் கூடக் கிடைக்காத வசதி

---

1. அப்பன் நம்பூதிரி - குடும்பத் தலைவரான அச்சன் நம்பூதிரிக்குத் தம்பி முறையானவர்.
2. அச்சன் நம்பூதிரி - நம்பூதிரி குடும்பத் தலைவர். இவருக்கு மட்டுமே நம்பூதிரிப் பெண்களை மணக்கும் உரிமை இருந்தது.

களையும் சௌகரியங்களையும் தன் மனைவிக்கு அவர் செய்து கொடுத் தார். பல குழந்தைகள் பிறந்து இறந்து போனதற்குப் பிறகு கிடைத்த ஒரே மகள் என்பதால் தங்கத்தை அவர் மிகவும் நேசித்தார். ஆனாலும், அப்பா அவளைத் தொட்டுத் தூக்கியெடுத்த சந்தர்ப்பங்கள் மிகவும் குறைவானதாகவே நினைவில் இருந்தது. அப்பன் நம்பூதிரி கடுமை யான சம்பிரதாயங்களில் ஊறிப் போன பிராமணராக இருந்தார். சாப்பிடு வது மானம்பள்ளி மனையில் மட்டும்தான். வழிபாட்டுச் சடங்குகள் கோயிலில், நிர்வாகப் பணிகளுக்காக நீதிமன்றங்களிலும், கிராமப்புறச் சாலைகளிலுமாக அலைந்து கொண்டிருந்தார்.

அப்பாவின் கரங்களுக்குள் சிறைப்பட்டு உறங்குவதற்கும், அவரிடம் முத்தம் பெறுவதற்கும் தங்கம் தவித்திருந்தாள்: நேத்தியார் அம்மா கூறுவார்:

"கண்ணே, அப்பாவைத் தொட்டுத் தீட்டுப் பண்ணி விடாதே. அவருக்கு வாத நோயிருப்பதால் அடிக்கொரு தரம் குளிக்க முடியாது."

அப்படியே அவளும் அப்பாவைத் தொடாமல் பழகிப் போனாள்.

ஆனால், தங்கத்துக்கு எப்போதும் தொடக்கூடிய, தொட்டு விளை யாடக் கூடிய ஒருவர் இருந்தார். உண்ணி அண்ணன். உண்ணி அண்ண னுக்கு ஓய்வுள்ள நேரத்திலெல்லாம் அவர் கச்சேரி மாளிகைக்கு வருவார். இருப்பும், ஓய்வும், படிப்பும் அங்குதான். மனையின் ஹாலில் இதற்கெல்லாம் வசதி இல்லை என்பதால் மட்டுமல்ல, நேத்தி யார் அம்மாவும் உண்ணியை மிகவும் நேசித்திருந்தார். அவர் சொல்லு வார்:

"உண்ணி சின்னவரைப் பார்க்கும் போதெல்லாம் என் கண்களில் கண்ணீர் நிறைந்து போகிறது... இந்த மாதிரியே எனக்கும் ஒரு பிள்ளை இருந்தானே... ஏழு வயசு வரையிலும் ஒண்ணாகவே வளர்த்தேன்... அப்புறம்..." சோகத்தில் அவருடைய தொண்டை இடறும். மீண்டும் தொடர்ந்து பேசுவார். "உண்ணியின் சொந்தத் தங்கச்சியாக இவளை நினைக்கணும். தங்கத்துக்கு வேறு சகோதரன் இல்லை."

"எனக்கும் வேறு தங்கச்சி இல்லையே" என்பார் உண்ணி அண்ணன்.

உண்மைதான். உண்ணிக்கு ஒரு தம்பி பிறந்து ஆறு மாதம் முடியுமுன்பே அச்சன் நம்பூதிரி இறந்து போனார். கடுமையான காய்ச்சலோடு இருந்த போது ஒரு கர்க்கடக மாத அமாவாசையில் குளித்து, சிரார்த்தச் சடங்கு செய்ததினால் நோய் அதிகமாகி அவர் இறந்து போனார். அதன் பிறகு அப்பன் நம்பூதிரி *(சிற்றப்பா)*யின்

கடுமையான கட்டுப்பாட்டிலும், அவர் மனைவி நேத்தியார் அம்மா வின் செல்லத்திலும்தான் அண்ணன் வளர்ந்தார்.

தங்கத்துக்கு ஆங்கிலம் சொல்லிக் கொடுக்க ஆசிரியர் வந்த போது அம்மா சொன்னார்: ''உண்ணியும் கூடப் படிக்கட்டும். வருங் காலத்தில் நீதிமன்றம் போகவும், நிர்வாகம் பண்ணவும் கொஞ்சம் தெரிந்திருக்க வேண்டாமோ?''

ஆனால், அப்பன் நம்பூதிரி அதற்குச் சிறிதும் சம்மதிக்கவில்லை. ''மானம்பள்ளி இல்லத்து நம்பூதிரிமார்களுக்கு மிலேச்ச பாஷை படிக்கிற நிலைமை வந்து விடவில்லை. அப்படியே அது தேவைப் பட்டாலும்கூட தம்பி உண்டல்லவா? அவர் படித்தால் போதும்.''

அதனால் சாஸ்திரி சுவாமிகளிடம் அண்ணன் சமஸ்கிருதம் படித்தார். வாத்யார் நம்பூதிரி வேதம் சொல்லிக் கொடுத்தார். அதிகாலை மூன்று மணிக்கு எழுந்திருந்து குளிப்பார். காலை வழிபாடும், படிப் பும், உணவும் முடிந்தால் நேராக இங்கே மாளிகைக்கு வந்து விடுவார். அப்புறம் தங்கமும் அவருமாக ஆனந்தமான பொழுது போக்குத்தான். உண்ணி அண்ணன் அவளுக்குச் சமஸ்கிருதம் சொல்லிக் கொடுப்பார். பதிலுக்கு அவள் உண்ணி அண்ணனுக்கு ஆங்கிலம் சொல்லித் தருவாள். அதிகம் பேசாத அண்ணன் ஓயாமல் வாய் பேசும் அவள் முன்பு சிரித்தபடியே உட்கார்ந்திருப்பார். திருமணம் நிச்சயிக்கப்பட்ட தென்று தெரிந்த அன்றைக்கு அண்ணன் யாருக்கும் தெரியாமல் கச்சேரி மாளிகைக்கு வந்து அவள் காதில் ரகசியமாக முணுமுணுத்தார்.

''தங்கம், நான் உனக்கு ஒரு பரிசு தரப் போகிறேன். என்ன தெரியுமா?'' அவள் சொன்னாள்:

''வளையல்.''

''இல்லை.''

''சங்கிலி.''

''அதுவும் இல்லை.''

''அப்ப புதுத் துணி.''

''இல்லை.''

''என்னால் சொல்ல முடியவில்லை. நீங்களே அது என்னவென்று சொல்லி விடுங்கள்.''

வெட்கம் கலந்த சிரிப்போடு அண்ணன் மெல்லச் சொன்னார்:

''தங்கம் போல ஒரு அக்காவை. அக்கா என்றால் தங்கத்திற்கு ஆசைதானே?''

''பின்னே இல்லையா? எனக்கு ஆசை இல்லாமல் இருக்குமா? அக்கா வரப் போறாங்க'' என்று சொல்லி அவள் உரக்கச் சிரித்தாள்.

அண்ணன் அவள் வாயைப் பொத்தினார்.

''மெல்ல.. மெல்ல... அப்பன் காதில் விழ வேண்டாம்'' அப்படிப்பட்ட அண்ணன் அந்த அருமையான அக்காவை அழைத்து வந்து போது தான், பார்ப்பதற்குக் காத்து நிற்காமல் அவள் கோபித்துக் கொண்டு வந்து விட்டாள். துக்கமும், குற்ற உணர்ச்சியும் தூண்ட அவள் மனம் எரிந்தது. தலைக்குள் ஒரே குழப்பமாக இருந்தது. அப்படியே அவள் தூங்கிப் போய் விட்டாள்.

அடுத்த நாள் விடிந்த போது கடுமையான காய்ச்சல். மகள் காய்ச்சலில் உளறுவதைக் கேட்டு நேத்தியார் அம்மா கூவியழுதது இன்னும் ஞாபகத்தில் இருந்தது.

''குருவாயூரப்பா, என் மகளுக்கு என்ன ஆச்சோ? என் தங்கம் நடுங்குகிறாளே! கொதிக்கிறதே உடம்பு. நேற்று மனையிலிருந்து அவள் ஓடி வந்த போதே என்னமோ சரியில்லைண்ணு நெனச்சேன்.''

வைத்தியர் வந்ததும், மந்திரவாதி வந்ததும், ஒன்றும் அவளுக்கு நினைப்பில்லை. எப்போதும் ஒரே கேள்வி.

''அம்மா உண்ணி அண்ணன் எங்கேம்மா? உண்ணி அண்ண னுக்குக் கோபமாம்மா? அக்காவுக்கும் கோபமா?''

உண்ணிச் சின்னவருக்குக் கோபம் ஒன்றுமில்லை என்றும், திருமணமாகி நான்கு நாட்கள் வரை வீட்டை விட்டு வெளியே வரக் கூடாது என்பது சம்பிரதாயம் என்றும் அம்மா சொன்னார். மனையில் இருந்து கொண்டே தங்கத்திற்குத் தேவையான மருந்துகளும், மந்திர விதிகளும் தயார் செய்ய அண்ணன் உதவிக் கொண்டிருந்தார். ''உடம்பு சரியானதும் நாம் போய்ப் பார்க்கலாம். இப்போது பேசாமல் படுத்திரு.''

கொஞ்சமும் தயங்காமல் அவள் கடுங்கசப்புள்ள கஷாயங்களை யும், மாத்திரைகளையும் வாங்கிச் சாப்பிட்டாள். எல்லாம் அண்ணன் தாயார் செய்து அனுப்பியது அல்லவா. அவளுடைய அண்ணன்... பிரிய மான அண்ணன்.

காய்ச்சல் தீர்ந்து குளித்த அன்றைக்கு மனையின் வேலைக்காரி நாணியம்மா சொன்னாள்:

''சின்னத் தம்புராட்டிக்கு அப்படி ஒரு அழகு... குணம்.. அருமையாகப் பழகுறாங்க... அவுங்க அதிகமாப் பேசறதில்லை.. அதனால் என்ன? அந்தக் கண்கள் இருக்குதே... என்ன ஒளி அவுங்க பார்வையிலே... அடர்த்தியான கண்ணிமை... மீன் வடிவமான புருவம் ... தங்கம் இன்னும் பார்க்கலையே? இத்தனை அருமையான தங்கச்சி சின்னத் தம்புராட்டியைப் பார்க்கணும்னு அண்ணன் நெனைக்க

அக்கா

மாட்டாரா? அவுங்க இங்க வர முடியமா? நீ போயிட்டு வாம்மா கொழந்தை!''

ஆனால், எப்படிப் போவது? அவளுக்கு ஒரே வெட்கம்! தண்ணீர்ப் பிசாசுப் பாட்டிக்கும், பைத்தியச் சின்னம்மாவுக்கும் முன்னால் எப்படிப் போய் நிற்பது? அக்காவைப் பார்க்கத்தான் முடியுமா? தங்கம் வாசலில் வந்து நின்று யோசனை செய்தாள். கச்சேரி மாளிகையிலிருந்து மனைக்குப் போகிற வழியின் இடது பக்கத்தில்தான் அந்தர்ஜனங்கள்[1] குளிக்கும் குளம். அடுக்களைக் கட்டிடத்துக்கும் குளிக்கும் இடத்திலுள்ள கட்டிடத்துக்கும் *(குளிப்புரை)* இடையிலுள்ள பாதையில் ஓர் அசோக மரம் உண்டு. அதில் ஓர் ஊஞ்சல், முந்தி, தங்கத் துக்காக அண்ணன் கட்டிக் கொடுத்தது. அந்த வழியில் ஆண்கள் வருவது கிடையாது. மனதுக்குள் ஏதேதோ நினைத்தபடி மெல்ல மெல்லப் படியிறங்கி அவள் ஊஞ்சலில் போய் அமர்ந்தாள். முந்தியெல்லாம் அண்ணன் தான் ஊஞ்சலை ஆட்டி விடுவார். தாவித் தாவி மரத்தின் கிளையில் போய் முட்டினாலும் 'போதாது போதாது' என்று உரக்கக் கூவுவாள். அவள் அப்படித் தாவிய ஊஞ்சல் திரும்பி வந்த போதுதான் ஒரு முறை ஊஞ்சல் பலகை அண்ணனின் நெற்றியில் பட்டுக் காயமாகி அண்ணன் மயங்கி விழுந்து விட்டார். அந்தத் தழும்பு இப்போதும் இருக்கிறது. அதற்குப் பிறகு அவள் ஊஞ்சலில் ஆடவே இல்லை.

நினைத்துக் கொண்டே இருந்த போது தங்கம் தன்னை மறந்து விட்டாள். மனையின் அகத்திலிருந்து இறங்கிக் குளத் துறையை நோக்கி நடந்து வந்த இளம் பெண்ணை மிக அருகில் வந்ததற்குப் பிறகே அவள் கண்டாள். வியப்போடு இவளையும் அந்தப் பெண் பார்த்தாள். அவளை இவளும் அவ்வாறே பார்த்தாள்.

நீண்டு அடர்ந்த இமைகள், மாந்தளிர் நிறம், சுருண்ட கூந்தல், மெல்லிய மேனி கொண்ட ஓர் இளம் பெண். அவளைவிட இரண்டு வயது மூத்தவளாக இருக்கலாம். தன்னைவிட அழகிதானோ? எதையோ கண்டுபிடிக்க முனைவது போல இருவரும் ஒருவரையொருவர் நோக்கி நின்றனர்.

தங்கத்தை முன்னமே அறிந்திருந்தவளைப் போல அந்தப் பெண் பேசினாள்: "துர்க்கா பூஜைப் பிரசாதமான அடையும், பொரியும் தங்கத் துக்கு ரொம்பப் பிடிக்கும்னு கேள்விப்பட்டேன். நான் குளத்துக்குப் போகிற போது நீ இங்கே இருக்கிறதைப் பார்த்தேன். திரும்பிப் போய் எடுத்திட்டு வந்தேன்..."

---

1. நம்பூதிரி இல்லத்துப் பெண்கள்.

'தங்கமா நீ' என்று கேட்கவில்லை. 'அப்பனின் மகளா?' என்றும் விசாரிக்கவில்லை. நீண்ட நாள் பழக்கம் போல இலைப் பொட்டலத்தை நீட்டினார். இரு கைகளையும் விரித்துத் தங்கம் அந்தப் பிரசாதத்தை வாங்கினாள். கைகள் கூப்பினாளோ? கண்களில் கண்ணீர் ததும்பியதோ? தெய்வம் பிரசன்னமான கணத்திலேயே ஆசீர்வாதம் செய்து விட்டது. தங்கம் விம்மி வெடிக்கலானாள்.

"அக்கா... எனக்கு ஒரே அக்கா நீங்கதான்."

"தெரியும்" அவர் சொன்னார்: "நான் உனக்காகக் காத்திருந்தேன். ஏன் நீ வரவில்லை?"

தனக்கு உடம்பு சுகமில்லாமல் போன கதையை அவள் சொன்னாள். அண்ணனைப் பற்றிச் சொன்னாள். தண்ணீர்ப் பிசாசுப் பாட்டியைப் பற்றியும், பைத்தியக்காரச் சின்னம்மாவைப் பற்றியும் சொன்னாள். எல்லாம் கேட்டுக் கொண்டே இருந்தாள் அந்த மங்கை. கடைசியில் அவள் சொன்னாள்:

"தங்கம், நீ நேரம் உள்ளப்ப எல்லாம் மனைக்கு வரணும். தெரிஞ்சுதா? எனக்குப் பொருத்தமான துணை இல்லாமல் இப்படியே ..." கொஞ்சம் யோசித்து விட்டு அவர் தொடர்ந்தார்: "எங்கள் இல்லத்தில் இருந்தப்ப எங்க அண்ணா எல்லா வகையிலும் துணையாக இருந்தார். குளிப்பதும், படிப்பதும், வாசிப்பதும் ஒன்றாகத்தான். தங்கத்துக்கு எங்க அண்ணனைத் தெரியாதே... அண்ணன் இல்லாம இருந்தா நான் என்ன ஆயிருப்பேனோ?"

விளையாட்டான குரலில் தங்கம் சொன்னாள்: "இங்கேயும் துணைக்கு அண்ணன் இருக்கிறாரே" கொஞ்சம் நிறுத்திப் புன்சிரிப் போடு அவள் தொடர்ந்தாள். "அக்கா, உண்ணி அண்ணன் எப்படி இருக்காங்க? பாவம் எப்பவும் பூசையும் வழிபாடும்தான். பெண் என்றொரு இனத்தினுடைய முகம் பார்த்துப் பேசியதில்லை. அம்மா சொல்வாங்க, உண்ணித் தம்புரான் எங்காவது ஒரு சாமியாராகப் போய் விடுவார் போலத் தெரியுதுண்ணு..."

அக்கா அமைதியாகச் சொன்னார்: "சாமியார் ஆக மாட்டார்ணு எப்படிச் சொல்ல முடியும்? இந்தப் பெரிய குடும்பத்துக்குச் சந்ததி வேண்டுமென்றுதானே கலியாணம் செய்தது? இப்போது கிரகஸ்தா சிரமம்தானே? சடங்கு சம்பிரதாயத்துக்கு ஒரு மனைவி வேணும். எங்க அண்ணா எப்பவும் சொல்வார்: "இகத்துக்கு ஆகாதவன் பரத்துக்கு ஆக மாட்டான்" என்று. ஆனால், இங்க பார்த்தால் எல்லாம் பரலோகத்து நோட்டங்களே இருக்கிறதாத் தோணுது."

அடர்ந்த கண் இமைகளின் ஓரம் நனைந்ததை தங்கம் கண்டாள். பேச்சு இடறியதோ? புதுப் பெண்தான்... இருந்தாலும்... என்ன

காரணம் இதற்கு? விவரம் தெரியாத சிறுமிதான் தங்கம். இருந்தாலும் அவள் சொன்னாள்:

''உண்ணி அண்ணன் மாதிரி ஒரு மாணிக்கத்தைப் பார்க்க முடியாது, அக்கா... அண்ணனிடம் நீங்க நல்லா அன்போட இருக் கணும்.''

அக்கா திடீரென்று தங்கத்தின் கழுத்தைக் கட்டிக் கொண்டு தேம்பி அழுதார். வெண்கல வளையல்கள் ஒலித்தன. சிறு தாலி மின்னியது.

''எனக்குப் பயம்மா இருக்கு தங்கம். இத்தனை பெரிய குடும் பத்தில் இவ்வளவு பெரிய மனுஷனுடைய மனைவியாக இருக்கிற யோக்கியதை எனக்கு உண்டா? பாக்கியம் எனக்கு உண்டா? கடவுள் காப்பாற்றட்டும்.''

உச்சி வெயிலின் வெப்பம் குறையத் தொடங்கியது. கோயிலில் வேட்டுச் சத்தம் கேட்டது. தண்ணீர்ப் பிசாசுப் பாட்டி துணியைச் சுருட்டிப் பிடித்தபடி குளம் நோக்கிப் புறப்பட்டார். தேதியக்கா கவலை யோடு சொன்னார்: ''நேரம் ரொம்ப ஆகி விட்டது. அடுக்களையில் நிறைய வேலையிருக்கு. குளிக்கணும். வழிபாடு செய்ய வேணும். தங்கம் நாளைக்கும் வரணும்! பார்த்தது பத்தாது...''

4. மாளிகையில் இருட்டில்

ஒரு லாபத்திற்காக மற்றொரு பெரிய இழப்பைக் கூடப் பொறுத்துக் கொள்ள வேண்டியிருக்கும் என்பதைத் தங்கம் அன்று தெரிந்து கொள்ளவில்லை. அவளுக்கு அக்காவின் சிநேகிதம் கிடைத் தது. ஆனால், அதே நேரம் அண்ணனோடு உள்ள நெருக்கம் குறைய நேர்ந்தது. திருமணம் முடிந்ததோடு அண்ணனின் பொறுப்புக்கள் அதிக மாயின. காலை வேளையில் ஹோமம் செய்ய வேண்டும். வைசியம்[1] என்ற சடங்கு செய்ய வேண்டும். மேலும் அப்பன் நம்பூதிரி உண்ணியை மிகவும் அதிகமாகக் குடும்பக் காரியங்களில் ஈடுபடுத்தி வந்தார்.

''எதிர்காலத்தில் அவன்தானே தேவைப்படுகிறவன்! தலையும் வாலும் தெரியாமல் இருக்க முடியாதல்லவா? மனையின் காரியங்கள் கொஞ்சம் தெரிஞ்சுக்கட்டுமே'' என்று கூறுவார். உண்ணிச் சின்னவ

1. இல்லறத்தார் நித்தம் செய்ய வேண்டிய, ஹோமம், பலி, தர்ப்பணம் என்னும் இவற்றுடன் செய்யக்கூடிய சடங்கு.

ருக்கு வழக்கமான பாராயணத்துக்குக் கூட நேரம் கிடைக்கவில்லை. அப்புறமல்லவா பெண்களோடு வம்பளப்பது!

தங்கத்திற்கும் பள்ளிக்கூடத்துப் படிப்பு வேலை அதிகமாக இருந்தது. இருந்தாலும் ஓய்வு நேரத்தை உருவாக்கிக் கொண்டு அவள் மனைக்குச் செல்லுவாள். அக்காவை ஒரு நாளைக்கு ஒரு தரமாவது பார்க்காமல் இருக்க முடியாது. எவ்வளவு சீக்கிரம் தேதியக்காவிடம் பிரியம் ஏற்பட்டு விட்டது! பிரியம் ஏற்பட்ட போது துன்பமும் உண்டாகி விட்டது. தேதியக்கா இங்கு வருவதற்கு உரியவள் அல்ல. இங்கே - இந்த மானம்பள்ளி குடும்பத்தில் - பிடிவாதக்காரனும் கடுமை யானவனுமான இரவி நம்பூதிரி ஆளுகின்ற, புராதன ஆசாரங்களில் சற்றும் விட்டுக் கொடுக்காத பெரியம்மாவும் சின்னம்மாவும், தண்ணீர்ப் பிசாசுப் பாட்டியும் கட்டுத் திட்டம் செய்துள்ள, இந்த அந்தப் புரத்தில், மென்மை மிக்கவரும் பொறுமை கொண்டவருமான உண்ணி அண்ணனுடைய மனைவியாக வந்து சேரத் தக்க பெண்ணல்ல இந்த அக்கா. இந்தச் சபிக்கப்பட்ட சமுதாயத்தில் வந்து பிறக்கத் தக்கவளல்ல. நினைத்தால் கண்கள் தளும்புகின்றன. பாவம்! எப்படியெல்லாம் பொறுத்துக் கொண்டார். எப்படியெல்லாம் துக்கமுற்றார்! உலகத்தின் துயரங்கள் முழுவதும் தன்னுடையதென்று எண்ணுகிற இந்த மனோ பாவம் அவருக்கு எங்கிருந்து கிடைத்ததோ?

முன்பு அச்சன் நம்பூதிரி பயன்படுத்தி வந்ததும், அண்ணனின் அம்மாவுடையதாக இருந்ததும், இப்போது உண்ணி அண்ணனின் படுக்கையறையாக இருப்பதுமான மேல் மாடியில் மேற்குப் பகுதியின் மூலை அறையில் உள்ள ஊஞ்சல் படுக்கையில் படுக்கை விரித்திருக் கும். மட்டிப்பால் பத்தி புகைந்து கொண்டிருக்கும். சுவர் அலமாரியில் தடித்த சமஸ்கிருத நூல்கள். அதற்கும் கீழே நான்கு கால்கள் கொண்ட பெட்டியின் மேலே நவீனமான சில நாவல்களும், கவிதை நூல்களும் கிடக்கும். தேதியக்காவின் பெரிய பெட்டியில் சேலைகளல்ல. கிழிந்த காகிதத் துண்டுகளே இருந்தன என்று ஒரு குற்றச்சாட்டுப் பரவி இருந்தது. தங்கத்தின் காலடியோசை கேட்டால் உடனே அக்கா மாடிப் படி ஏறுவார். அழைப்பின் அடையாளம் அது. பிறகு அவளும் படி ஏறுவாள். பிறகு இருவரும் சேர்ந்து ஒரே படிப்பும் பேச்சும்தான்.

உண்ணி அண்ணன் பகல் வேளையில் இந்த மேற்குப் பகுதிக்கு வருவதில்லை. இரவிலும் நல்ல நாள் பார்த்தே உள்ளே வருவார். மானம்பள்ளி மனையில் காலங்காலமாக இருந்து வரும் வழக்கம் அது தான். அண்ணனின் அம்மா இதிலெல்லாம் கறாராக இருந்தார். அரசன் நம்பூதிரிபாடுக்கு இரண்டு முறையான (நம்பூதிரிப் பெண்கள்) திருமணம் மட்டுமல்லாமல் வேறு சாதியில் வைப்பாட்டிகளும் இருந்

தார்கள். அவர் நல்ல நேரம் பார்த்துத்தான் படுக்கை அறைக்குள் வருவார். இருந்த போதிலும் உண்ணியின் தாயாருக்கு நாலைந்து பிரசவம் ஆயிற்று. சந்ததி விருத்திக்குத் தவிர சொந்தக் கணவரோடாயினும் நெருக்கம் கொள்ளுதல் தடை செய்தற்குரியது என அவர் நம்பியதாகத் தோன்றும். சமையலறையிலும், கோயிலிலும் மட்டும் ஒதுங்கியிருக்க வேண்டியதுதான் அகத்து அம்மாக்களின் வாழ்க்கை. இராமாயணமும், சிவ புராணமும் பாராயணம் செய்யவே விதிக்கப்பட்டவர்கள் அவர்கள். பல சமயங்களிலும் தேதியக்கா கேட்கும்படி அர்த்தம் தொனிக்க அவர் இதனைச் சொல்வதுண்டு.

அக்கா புலம்புவார்: ''இப்படி நெனைக்கலியே தங்கம்... பெண் கொடுப்பதென்று நிச்சயித்த போது எங்க அண்ணா சொல்லுவார்'' மானம்பள்ளி இல்லத்தில் ஏராளமான பணமும் செல்வாக்கும் இருக்கிறது. உண்ணிக்கு இன்னும் சின்ன வயது... இது முதல் திருமணம். இருந்தாலும் என்னமோ ஒரு குழப்பம். அந்தப் பழைய மாளிகையின் இருட்டில் தேவகிக்கு எப்படிப் பொழுது போகுமோ?''

பெரியவங்க காலம் முடிந்ததும் எல்லாம் சரியாகி விடும் என்று அம்மாவும் மாமாவும் சமாதானம் செய்து கொண்டனர். ஜாதகம் மிக மிகப் பொருத்தம். வரதட்சணையும் திருப்தியாகப் போயிற்று. புகழ் பெற்ற பழைய குடும்பம். இல்லையென்றாலும், எல்லா வகையிலும் ஒத்த ஒரு மாப்பிள்ளை எங்கிருந்து கிடைக்கும்?

தீவிர துக்கத்துடன் அக்கா தொடர்வார்: ''அவர் எப்போதும் என் அருகில் இல்லையே என்ற வருத்தம் எனக்கில்லை தங்கம். அகத்து அம்மாமார்களின் கேலியிலும் வருத்தமில்லை... ஏதேனும் நல்ல புத்தகம் படிக்கக் கிடைத்திருந்தால்! எங்கள் வீட்டில் தினம் பத்திரிகைகளும், மாத இதழ்களும் வாங்கிக் கொண்டிருந்தோம். அலமாரியில் தான் எத்தனை புத்தகங்கள்! எங்க அண்ணன் படித்ததெல்லாம் எனக்குப் படிக்கக் கொடுப்பார். புரியாததைச் சொல்லிக் கொடுப்பார். இந்த வீட்டில் இராமாயணமோ, சீலாவதியோ[1] அல்லாமல் வேறொன்றும் இல்லை. உங்க அண்ணனிடம் சொன்ன போது அந்தப் புத்தகங்களும் நல்லவை தானேங்கிறார். அவருக்கு யாரிடத்திலும் அன்பு இல்லை போலிருக்கிறது. அவருக்கு எல்லாரிடத்திலும் பயம்... அப்பனிடம்... அம்மாவிடம்... சடங்கு சம்பிரதாயங்களிடம்... ஏன் கடவுளிடம் கூடப் பயப்படுகிறார். எங்க அண்ணன் சொன்னது போல இந்த வீட்டுக்குள்ளேயே இருந்தால் நானும் பயந்து பைத்தியக்காரியாகி விடுவேன்.''

கச்சேரி மாளிகையில் பத்திரிகைகளும் மாத இதழ்களும் நிறைய வாங்கிக் கொண்டிருந்தார்கள். தங்கத்தின் அப்பா படிக்க மாட்டார்.

1. நளாயினி கதை.

அண்ணனும் படிக்க மாட்டார். ஆனால், நேத்தியார் அம்மாவுக்குப் பொழுது போக வேண்டுமே. அம்மா படித்து முடித்ததையெல்லாம் அக்காவுக்குக் கொண்டு வந்து தருவதாகத் தங்கம் ஏற்றுக் கொண்டாள். தங்கம் ஆங்கிலம் படிப்பதும் நாகரிகமாக வளர்வதும் அப்பன் நம்பூதிரிக்குப் பிடிப்பதில்லை. நேத்தியாரம்மா வற்புறுத்தினார். இனி வரப்போகிற காலத்தில் ஒரு நம்பூதிரியையோ, பிரபு குடும்பத்துக் காரனையோ மாப்பிள்ளையாகக் கிடைக்குமென்று சொல்ல முடியாது. நல்ல மாப்பிள்ளை கிடைக்க வேண்டுமானால் நாலெழுத்து படிக்க வேண்டும். பணிக்கர் வீட்டில் அந்தப் பெண் பார்க்க எவ்வளவு மோசமாக இருந்தாள். பத்தாவது பாசாகி இருந்தாள். அதனால்தானே ஒரு சப்-ஜட்ஜ் வந்து தாலி கட்டி அழைத்துக் கொண்டு போனான். படிப்பு ஒன்றும் பாவமல்லவே.

அதனால் அம்மாவின் பிடிவாதம் மூலம் தங்கம் பள்ளிக்கூடம் போகலானாள். புத்தகங்கள் படிக்கத் தொடங்கினாள். சிந்திக்கும் திறமை உடையவள் ஆனாள். வெளிச்சத்தில் விரிந்த தேதியக்காவின் கண்கள் இருட்டில் மூழ்குவதை அவளால் உணர முடிந்தது.

பத்திரிகை இதழ்களை மடக்கிப் பிடித்தபடி மாடிக்குப் படி யேறும் போது அண்ணனின் அம்மா புருவத்தைச் சுளிப்பார். தண்ணீர்ப் பிசாசுப் பாட்டி முணுமுணுக்கிறார். பைத்தியக்காரச் சின்னம்மா காறித் துப்புகிறார்...

"அப்பன் நம்பூதிரியின் செல்லக் குழந்தை அல்லவா... நாயர் குடும்பத்துச் சந்ததியல்லவா... இங்கேயும் ஒரு நம்பூதிரி மணப் பெண்... தீண்டத் தகாதவள்... ச்சீ."

இந்தத் திட்டுதலைக் கேட்பதில் வருத்தம் தோன்றவே இல்லை. இன்னொரு நாள் அண்ணனைக் கண்ட போது சொன்னாள்:

"உண்ணியண்ணா! நான் ஒரு புத்தகம் தருகிறேன். அதைப் படிப்பீங்களா? புடிச்சிட்டு அக்காவுக்கும் படிச்சுக் காட்டணும்."

"அது என்ன புத்தகம் தங்கம்? கொடு."

"இப்போது வெளிவந்த ஒரு நல்ல நாவல்... அதாவது ஒரு கதைப் புத்தகம். அண்ணனைப் போல வேதமும் வேதாந்தமும் படித்த ஒரு மேன்மை மிக்க நம்பூதிரி எழுதியதுதான் அது. பெயர் என்ன தெரியுமா? 'அப்பனின் மகள்'[1]

உண்ணியண்ணன் சிரித்தார்: "அதைப் படித்துத் தெரிய வேண்டிய தில்லையே தங்கம். அதுவும் குறிப்பாக நீயே முன்னால் நிற்கும் போது!"

---

1. எம்.பி. பட்டதிரிப்பாடு எழுதிய புகழ்பெற்ற நாவல்.

அவளும் சிரித்து விட்டாள்.

''சிலருக்குப் பார்த்தால் புரியாது அண்ணா. கேட்டாலும் புரியாது. அனுபவித்தால்தான் தெரியும். அப்படி அனுபவித்தவரின் கதைதான் இது. அக்காவைக் கேட்டுப் பாருங்கள்.''

பதினைந்து வயதுப் பெண்ணின் வாயிலிருந்து வந்த வார்த்தைகள் என்றாலும் இந்தச் சொற்கள் வேறு யாருடையதோ என்று அண்ணன் கருதியிருக்க வேண்டும். கொஞ்ச நேரம் கழித்து மன்னிப்புக் கேட்பவர் போல் அவர் சொன்னார்.

''அக்கா நல்ல விவரமுள்ளவர் என்று எனக்குத் தெரியும். அவங்களோடு பேசுவதில் எனக்கு ஆசையும் உண்டு. ஆனால், எப்போதும் வீட்டுக்குள்ளேயே இருந்தால் மற்றவர்கள் என்ன சொல்வார்கள்? எதற்கும் ஒரு அளவில்லையா தங்கம்?''

''பேசறவங்க பேசட்டும் அண்ணா... நமக்கென்ன வந்தது? இவ்வளவு நல்ல அக்கா கிடைச்சிருக்கறாங்க... அண்ணனுக்கும் அக்காவுக்கும் நல்ல பிரியம் இருக்கிறது. நீங்க ஒருத்தருக்கொருத்தர் பேசிக்க நீங்க. நீங்க கலியாணம் பண்ணிக் கொண்ட நம்பூதிரிதானே? அவங்க உங்க சொந்த மனைவிதானே? அப்படியிருக்க மத்தவங்களுக்கு இதிலே பேச என்ன இருக்கிறது?''

''ஒண்ணுமில்லாமல் இருக்கலாம்... ஆனால்'' அண்ணன் பேச்சைத் தொடர்ந்தார்: ''ஆனால், நாம் நம்ம விருப்பப்படி நடந்தால் போதாதே. மற்றவர்களின் விருப்பங்களையும் மதிக்கணுமில்லே. இங்கே இல்லறம் என்பது சுகத்திற்காக அல்ல; ஒரு தர்மத்திற்காகத்தான். போகத்துக்கு அல்ல; தியாகத்துக்குத்தான் தாம்பத்தியம். வாழ்க்கையே ஒரு யாகம் தங்கச்சி. அதுவும் அக்னி ஹோத்ர யாகம். சீக்கிரம் அக்காவுக்கும் அது விளங்கும்.''

ஓ... எத்தனை நாட்களுக்கு முன்கேட்ட சொற்கள் இவை. சொற்களில் அறம் பாடி விட்டாரோ? அது சத்தியமாகுமோ? நினைக்கும் போது மனம் நடுங்குகின்றது. அன்று அவளுக்குக் கோபம் வந்தது. இந்த நம்பூதிரிகளின் தருமக் காவல்! எல்லாம் வீட்டுப் பெண்களோடு மட்டும். அப்புறம் வீட்டுக்குள் மனைவியைப் பார்க்க நல்ல நேரம் இல்லை என்று சொல்லி, கோயில் காளைகளைப் போல் அலைந்து திரிவது - இப்படியெல்லாம் எங்கோ படித்ததைச் சொல்ல வேண்டும் என்று தோன்றியது. ஆனால், சொன்னது இது மட்டும்தான்:

''பாவம்! என் அக்கா! பாவம்!''

5. இறந்த காலத்தின் நிழல்

காலம் பின்னோக்கிப் பாயலாயிற்று. உருவங்களும் ஒலிகளும் தெரியத் தொடங்கின. நினைவு என்று தோன்றாத அளவுக்கு அத்தனை உயிரோட்டம். தேதியக்காவின் திருமணம் நடந்து ஒரு வருடம் முடிவதற்கு முன்பே பைத்தியக்காரச் சின்னம்மா இறந்து போனார். நிறைய வயதாகி இருந்தது. அறிவு பேதலித்து இருந்தது. கொஞ்ச நாள் உடம்பு சரியில்லாமல் இருந்த பிறகுதான் இறப்பு நேர்ந்தது. ஊரார் மொழியில் சொல்வதானால் உலகை நீத்தார் அல்லது மோட்சம் அடைந்தார் என்று கூறலாம். முத்தப்பனின்[1] மனைவியான அவளுக்குக் குழந்தைகள் இல்லை. அதனால் ஆண்டு முழுதும் இறப்புச் சடங்குகள் நடத்த வேண்டியது இல்லை. ஆனால், உண்ணி சடங்கு செய்ய முடிவு செய்தார். தினமும் சடங்குகள் செய்யலானார். பூரணமான பிரம்மச் சரியத்தை ஒரு வருடத்துக்குக் கடைப்பிடிக்கவும் தீர்மானித்தார். அப்பன் நம்பூதிரி ஒன்றும் சொல்லவில்லை. ஆனால், நேத்தியார் அம்மா தடை செய்ய முற்பட்டார். ''அப்படி வேண்டாம். உண்ணிக் கண்ணா! உனக்குக் கல்யாணமாகிக் கொஞ்ச நாள் தானே ஆகிறது. இறந்து போனது உன் அம்மாவுமல்ல, அப்பாவுமல்ல. உனக்குச் சொந்தப் பாட்டியும் அல்ல. பிண்டம் வைக்கிற கடமை மட்டுமே உனக்கு உண்டு. அப்படிச் செய்வதானாலும் நாற்பத்தியொரு நாள் சடங்கோடு நிறுத்திக் கொள்ளலாம். அது போதும்.''

உண்ணி அண்ணன் சொன்னார்: ''சாஸ்திரப்படி அது போதும். ஆனால், எனக்கு ஒரு சத்தியத்தைக் காப்பாற்ற வேண்டும் அம்மா. பத்து வயதில் நான் வாக்குக் கொடுத்திருக்கிறேன். அதை நிறைவேற்றாமல் இருக்க முடியுமா? வாழ்க்கையில் அவங்களுக்கு எதுவும் கிடைக்கலே. மரணத்துக்குப் பிறகு இதுவாவது இருக்கட்டும்.''

சொல்லக் கேட்ட பழைய கதைகளையெல்லாம் தங்கம் நினைத்துப் பார்த்தாள். பைத்தியக்காரச் சின்னம்மா வந்த காலத்தில் பைத்தியமாக இருக்கவில்லையாம். அவுங்க அழகியாக இருந்தாங் களாம். சிவந்த மேனியும், விசாலமான கண்களும், திரண்ட மார்பகங் களும் கொண்ட பதினெட்டு வயதுப் பெண். ஒரு கால் கொஞ்சம் நொண்டுவார்களாம். காதைத் திருகி மூளியாக்கியதும் முத்தப்பன் தான். அது கொண்டதும் கொடுத்ததுமான ஒரு கலியாணம். உண்ணியுடைய அப்பாவின் கூடப் பிறந்த சகோதரிக்கு மணம் முடிக்க வேண்டி, அவள் மணமகளாகப் போன குடும்பத்துப் பெண்ணை முத்தப்பன் வயதான

---

1. முத்தப்பன் - அப்பாவின் அப்பாவுக்குச் சகோதரன்.

காலத்தில் ஏற்க வேண்டியதாயிற்று. ஆனால் முத்தப்பனுக்கு ஏற்கனவே மனைவியும் மக்களும் இருந்திருக்கிறார்கள். புதிய மனைவியான சின்னம்மாவை விட *(மூத்த தாரத்து)* மக்கள் பெரியவர்கள். மாதவி வாரசியாருடைய[1] *(மூத்த தாரம்)* வலிமை புகழ் பெற்றது. கணவர் மீது அவர் செல்வாக்குச் செலுத்தினார். கணவர் இரவில் அவரோடு இருந்தார். பகல் பொழுதில் இருப்பது பத்தாயப்புரை என்னும் பகுதி யில். உணவுக்கு மட்டும் மனைக்கு வருவார். தண்ணீர் குடிக்கிற போதும் கூடத் தலையுயர்த்திப் பார்க்க மாட்டார். பைத்தியக்காரச் சின்னம்மா கொஞ்சம் அழுது பார்த்தார். அப்புறம் முணுமுணத்தார். அப்புறம் கடைசியில் எதிர்க்க ஆரம்பித்தார். இரவில் மூத்த தாரத்துக் குடியிருப்புப் பகுதியில் படியோரம் காவல் காக்க ஆரம்பித்தார். "நான் இங்குதான் படுப்பேன். என் புருஷன் இங்குதானே இருக்கிறார்."

வாரசியார் திட்டுவார். சின்னம்மா சபிப்பார்: "உனக்கு மாரி யாத்தா வரட்டும். உன் மக்களுடைய தலைகள் உருண்டு திரண்டு வெடித்துத் தொலையட்டும். செங்கநாட்டப்பா[2] என்னுடைய நம்பூதிரியை அவ திருடிக் கொண்டாளே."

"அடியே அடியே கொண்ணுடுவேன். உன்னைக் கொண்ணுடு வேன்" என்று தடியை ஓங்கிக் கொண்டு முத்தப்பன் அடிக்க வரும் போது நொண்டிக் காலோடு அலறி ஓடி விடுவார். சிறிய தாத்தா அவள் பின்னால் ஓடுவார். கையில் கிடைத்து விட்டால் அடி அடி என்று அடிப்பார். அடிப்பதற்கேனும் முத்தப்பன் தன்னைத் தொடுவது சின்னம்மாவுக்கு ஆனந்தம்தான். இப்படிச் சில கை கலப்புக்கள் நடந்த பின் இருவரும் களைத்து உறங்கி விடுவார்கள். சில நாட்களுக்கு ஒன்றும் தொல்லை இராது. நேத்தியாரம்மா சொல்லுவார்: "பாவம் பெரிய அகத்தம்மா! பைத்தியம் பிடித்தது அவுங்க குற்றமா? திருமணம் செய்த நம்பூதிரியோடு ஓர் இரவு கூட ஒன்றாக இருக்க வாய்ப்பில்லை என்றால் யாருக்கானாலும் தனிமைப் பைத்தியம் பிடித்து விடாதா? ஆனால், அந்தக் கணவரும் இவரைக் கலியாணம் செய்த பிறகு ஒரு நாள் கூட அமைதியாக உறங்கவே இல்லை. 'கூ கூ' என்று ஒருத்தி வீட்டைச் சுற்றி ஓடும் போது யாருக்குத்தான் உறக்கம் வரும்?"

உண்ணிச் சின்னவர் இளம் வயதாய் இருக்கும் போது ஒரு சமயம் இந்த அடியும் திட்டலும் எல்லாம் கேட்டு உருகி முத்தப்பனின்

---

1. வாரியார் என்ற ஒரு சாதிப் பிரிவைச் சார்ந்த பெண்களை வாரசியார் என்பர்.
2. செங்கன் நாடு கிராமத்துச் சிவன். எர்ணாகுளத்தில் இருந்து 9 கி.மீ. தொலைவில் உள்ளது செங்கன் நாடு.

கையைப் பிடித்துக் கொண்டு சொன்னார்: ''போதும் முத்தப்பா! போதும்! இனி என்னை வேண்டுமானால் அடியுங்கள். பாவம் சின்னம்மா! விட்டு விடுங்கள்.''

அன்று முதல் சின்னம்மாவுக்கு உண்ணியிடம் மிகுந்த பிரியம். ''உண்ணி! நீதான் எனக்குப் *(செத்த பிறகு)* பிண்டம் வைக்கணும்! சடங்குகள் எல்லாம் செய்யணும்! எனக்கு வேறு பிள்ளை இல்லை'' என்றெல்லாம் சொல்லுவார். சத்தியம் பண்ணச் சொல்லுவார். அதனால் உண்ணிச் சின்னவருக்கு இப்படித் தோன்றி இருக்கலாம். இருந்தாலும் அந்தப் புதுப் பெண் சிறிய அகத்தம்மா பாவம்தான். திருமணம் முடிந்து கொஞ்ச நாள் தானே ஆகிறது. ஒரு குழந்தை கூடப் பெறலையே.''

நேத்தியார் அம்மா சொன்ன கதையெல்லாம் கேட்ட பிறகு அக்கா சொன்னார்: ''அந்தச் சின்னம்மா பைத்தியமானதில் ஆச்சரியமில்லை. இப்படியே போனால் நானும் பைத்தியமாகி விடுவேன்.''

கொஞ்சம் நிறுத்தி விட்டுத் தொடர்ந்தார்: ''பைத்தியமாகவில்லை என்றால் என்னை *(பிரஷ்டம்)* ஒதுக்கி வைத்து விடுவார்கள். அது நடந்தாலும் போதுமே. இல்லையா?''

கணவர் என்றால் ஒரு மனைவிக்கு எந்த அளவு இன்றி அமையாதவர் என்பது பற்றி தங்கத்துக்கு அப்போது புரிந்திருக்க வில்லை. அதனால் அக்காவின் துயரங்களைச் சின்னப் பிணக்குக ளாகவே அவள் நினைத்திருந்தாள். தேதியக்காவுக்குக் குழந்தைகள் என்றால் அளவற்ற விருப்பம். குழந்தைகள் எந்தச் சாதியாக இருந்தா லும் சரி. வீட்டு வேலைக்காரி நாணியம்மாவின் பேரக் குழந்தை வருவ துண்டு. வெளுத்து மெலிந்து சொறி பிடித்த சிறுவன் அவன். அவனை எல்லாரும் 'சாப்பாட்டு ராமன்' என்று விளையாட்டாய்க் கேலி செய்வ துண்டு. ஆனாலும், அக்கா அவனிடம் செல்லம் கொஞ்சிப் பாயசமும் அடையும் கொடுப்பார். எண்ணெயும் கொடுத்துக் குளிக்க வைத்து அழகுபடுத்துவார். ஒரு தடவை அவனைத் தொட்டுத் தீட்டாக்கியதற் காக உண்ணியின் அம்மா திட்டினாராம். இருந்தாலும் அக்காவின் அன்பு குறையவில்லை. தானே கையிலிருந்து பணம் கொடுத்துப் புத்தகமும் சிலேட்டும் வாங்கித் தந்து, அவனைப் பள்ளிக்கூடத்துக்கு அனுப்பி விட்டுச் சொன்னார்: ''பாவம் இவனுக்குப் பண வசதி இல்லாமல் தானே இப்படி? மனையைச் சேர்ந்த பையனாக இருந்தால் எப்படி என்று நினைத்துப் பார்! எப்படியெல்லாம் வளர்க்கப்பட்டு இருப் பான்?''

அக்கா ஊரை விட்டுப் போன போது அவன் ஒருத்தன்தான் அழுது கொண்டே இருந்ததாக ஞாபகம்.

பல வருடத்துக்குப் பிறகு டெல்லியில் தங்கம் தன் வீட்டில் இருந்த சமயத்தில் ஓர் ஓய்வு பெற்ற பட்டாளத்துக்காரன் வந்து கேட்டான்:

''திருமதி நாயர் தானே நீங்கள்?''

''ஆமாம்.''

''மானம்பள்ளி வீட்டு மகள்? நாயர் வீட்டு...''

''ஆமாம், ஏன்?''

அவன் சொன்னான்: ''நான் மேலிடத்துப் பத்மநாபன் நாயர். நாணியம்மாவின் பேரப் பிள்ளை. நீங்கள் 'சாப்பாட்டு ராமன்' என்று கூப்பிடுவீர்களே... அவன்.''

தங்கம் வியப்போடு பார்த்தாள்: ''அப்படியா. அந்த மெலிந்து கிடந்த சிறுவனா!'' என்ற பாவனையில். அவன் சொன்னான்:

''நான் ஏழாவது வரை படித்து விட்டு ஊரை விட்டு வந்து விட்டேன். ஒரு ஹோட்டலில் வேலை பார்த்தேன். பிறகு பட்டாளத்தில் சேர்ந்து பதவி உயர்வு பெற்று சுபேதாரானேன். இப்பப் பென்ஷன் வாங்கி விட்டேன். இங்கே இப்போது பிஸினஸ் பண்ணுகிறேன். இடையில் ஊர்ப் பக்கம் போன போது தெரிந்தது, நீங்கள் இங்கே இருப்பதாக. எனக்கு ஒரு உதவி செய்வீர்களா? சின்ன எசமானியம்மாவின் அட்ரஸ் தர முடியுமா? அவுங்கதான் என்னை ஒரு மனுஷனாக்கினாங்க. அவுங்க காலைப் பிடிச்சு நமஸ்காரம் பண்ணி அழணும்.''

தங்கம் குற்ற உணர்வோடு நின்றாள். தேவகி மானம்பள்ளி என்கிற தேதியக்காவைத் தேடி அவள் இதுவரை எங்கும் போகவில்லை. முகவரி தேடவில்லை. உயிர்த் தோழியாக இருந்த அக்காவைப் பற்றி நினைக்கவும் இல்லை. ஆனால், இந்த அன்னியனான வேலைக்காரன் அவர்களைத் தேடி வந்திருக்கிறான்! அவள் என்ன சொல்வாள்?

''பத்மநாபன் நாயர்! நீங்களே விசாரித்து எனக்கும் சொல்லுங்கள். வார்தாவில் இருப்பதாகக் கேள்விப்பட்டது உண்டு. வங்காளத்தில் இருப்பதாகவும் கேள்வி. கொஞ்ச நாள் டெல்லியிலும் இருந்தாங்களாம். இப்ப எங்கிருக்காங்களோ?''

அவன் ஒரு மூச்சு விட்டபடி தன் நெஞ்சில் தட்டிச் சொன்னான்: ''இதோ இங்கே இருக்கிறார். என் நெஞ்சில், மனதில். சின்ன எசமானியம்மாவின் உருவம் என் உயிரில் கலந்திருக்கிறது அம்மா, அதைப் பார்த்து நான் வணங்கிக் கொள்கிறேன்.''

தங்கமும் தன்னை மறந்து மார்பில் கை வைத்து விட்டாள். அவள் நெஞ்சிலும் அந்த உருவம் இருந்ததோ?...

இதெல்லாம் பல நாள் கழிந்த பிறகு நடந்த கதைகள். இப்போது இந்த நினைவு ஏன் வந்ததோ என்னவோ! தேதியக்காவைப் பற்றி அன்று அவருக்கும் எதுவும் தெரிந்திருக்கவில்லை. சாதாரணமாக அந்தர் ஜனங்களோடு *(நம்பூதிரிப் பெண்கள்)* ஒப்பிடும் போது அக்கா எத்தனை பாக்கியம் செய்தவள்! மானம்பள்ளி போன்ற புகழும் பெருமையும் மிக்க மனைக்கு மணமகளாக வந்திருக்கிறார். கணவர் அழகர், நல்லவர், இளைஞர். அவர்கள் ஒருவரையொருவர் நேசிக்கிறார்கள். இருந்தாலும் இத்தனை துக்கம் ஏன்? கூட்டில் அடைக்கப்பட்ட புனுகுப் பூனை போல அக்கா இருந்தார். அடுக்களையிலும் கோயிலிலும், குளக்கரைக் கட்டிடத்திலும் குறுக்கும் நெடுக்குமாய் நடப்பார். அண்ணனின் அம்மா சொன்ன வேலைகளைச் செய்வார். பிறகு மாடிக்குப் போய் படிக்கத் தொடங்குவார். சிந்திக்க ஆரம்பித்து விடுவார். ஒரு நாள் தங்கம் பள்ளிக் கூடம் போகும் போது அக்கா கூப்பிட்டு ரகசியமாகக் கேட்டார்:

"ஒரு காரியம் ஒப்படைக்கிறேன். அதை யாருக்கும் தெரியாமல் செய்து தருவாயா தங்கம்? இந்த உலகத்திலேயே யாருக்கும் தெரியக் கூடாது.''

"அண்ணனுக்குக் கூடத் தெரியாமலா?'' என்று விளையாட்டாகக் கேட்டாள் அவள்.

"ஆமாம். அண்ணனுக்கும் இப்போது தெரியக் கூடாது. அண்ண னுக்கு அதெல்லாம் பிடிக்காது. பயமும் வந்து விடும்.'' அக்கா உணர்ச்சி வசப்பட்டவரைப் போலக் குரலைத் தாழ்த்திக் கொண்டு சொன்னார்: "நான் ஒரு கடிதம் தருகிறேன். அதைப் போஸ்ட் பண்ண வேணும். பதில் உன் பேருக்குத்தான் வரும். அதை மிக ரகசியமாக வாங்கி என்னிடம் கொண்டு வந்து தர வேண்டும்.''

அவள் நடுங்கிப் போனாள். யாருக்கும் தெரியாமல் அந்தர்ஜனம் ஒரு கடிதம் அனுப்புகிறாள். பதில் ரகசியமாக வர வேண்டும். அவள் அதில் கவனமாக இருக்க வேண்டும். ஆ! இப்படிப்பட்ட பெண்ணா இவுங்க? இவங்களையா அக்கா என்று கூப்பிட்டுக் கொண்டிருக் கிறேன்?

சேலையின் உள்ளே மறைத்து வைத்திருந்த கனமான உறையை எடுத்து நீட்டிய போது அவர் பதற்றமுற்று இருந்தார். வெளித் தெரிந்த மார்பகம் பெருமூச்சில் குலுங்கியது. ஓங்காரமிடும் கடலை நோக்கிப் பாயும் ஒரு தற்கொலைக்காரியைப் போல் அவர் முக பாவம் தோன்றியது.

"நான் பொறுத்துப் பொறுத்துப் பார்த்தேன் தங்கம். சகித்துப் பார்த்தேன். இனியும் அடக்க என்னால் முடியவில்லை. இப்படியே

போனால் பைத்தியக்காரச் சின்னம்மா போலாகி விடுவேன் நான்'' என்று அமைதியாக அவர் சொல்வது போல் இருந்தது.

அக்காவின் முகத்திலிருந்து பார்வையை மாற்றிக் கடிதத்தின் முகவரியை நோக்கி அவள் குனிந்தாள். அழகான எழுத்துக்கள் மின்னின.

பி.கே.பி. நம்பூதிரி
.... இல்லம்
.... இடம்

அடடா! அக்காவின் அண்ணனுக்கல்லவா இக்கடிதம். அவரைப் பற்றி நிறையக் கேள்விப்பட்டிருக்கிறேன். அக்கா சொல்லியது மாத்திரமல்ல. இக்காலத்தில் எந்த நிகழ்ச்சியின் முன்னணியில்தான் பி.கே.பி. நம்பூதிரி இல்லாதிருந்திருக்கிறார்? சிறந்த எழுத்தாளர். கருத்துச் செறிவுள்ள பேச்சாளர். அச்சம் அறியாத சமுதாய சீர்திருத்த வாதி. அவருடைய பெயர் நாடு முழுவதிலும் புகழ் பெற்றிருந்தது. 'நம்பூதிரிப் பெண்களுக்கு மறைப்பதற்குக் குடை தேவையில்லை' என்று அவர் பேசுவார். நம்பூதிரிக்குப் பூணு லும் வேண்டாமாம். தீண்டாமையும் ஆகாதாம். ஆளும் சக்கரவர்த்தியின் ஆட்சியை முடிவுக்குக் கொண்டு வரவும் உத்தேசமாம். ஏறத்தாழ சாதி நீக்கம் செய்யப் பட்டவரைப் போலத்தான் கருதினார்கள். பாட்டி முதல் அப்பன் நம்பூதிரி வரை சொல்லுவார்கள். ''கஷ்டம்! இப்படி ஆயிப் போச்சே! தொடக் கூடாதவங்களைத் தொட்டு, அவங்களோடு சாப்பிட்டு, பூணூலை அறுத்தெறிந்து, கண்ட மாப்பிள்ளை முசுலிம்களோடு சுற்றித் திரியும் இந்த அறிவாளியோட தங்கச்சியை அல்லவா இங்கே குடி வச்சிருக் கிறோம்!''

''சமூகத்தை எதிர்க்கிறதைப் பொறுத்துக்கலாம். சர்க்காரோடு சண்டை போட்டா நடக்குமா? ஜெயிலாக்கும் ஜெயில். ஜெயிலுக்குப் போயிட்டு வந்தா ஒதுக்கி வச்சிடுவாங்க. அப்புறம் குடும்பமும் இல்லே. சொந்த பந்தமும் இல்லே. ஞாபகம் வச்சுக்கட்டும் இந்த முட்டாள்!'' அப்பன் நம்பூதிரி நேற்று ஒரு தாக்கீது போலச் சொல்லிக் கேட்டவர்கள் உண்டு. விருந்தாளிகளாக வந்த நம்பூதிரி குடும்பப் பெண்கள் விவரிப்பார்கள்!

''புதுச்சேரிப் பையன் இருக்கிறானே! குருவாயூர் ஆல மரத்தடி மைதானத்திலிருந்து பேசுகிறான். அகத்தம்மாக்களுக்கு *(நம்பூதிரி குலப் பெண்களுக்கு)* மறைப்புக் குடையும் தேவையில்லை. பணிப் பெண் ணும் அவசியமில்லை. அவர்கள் சேலையும் ரவிக்கையும் அணியலா மாம். அய்யோ நான் காதைப் பொத்திக் கொண்டு வந்து விட்டேன்.''

தண்ணீர்ப் பிசாசுப் பாட்டி தலையில் கை வைத்துக் கொண்டு சபித்தாள். ''சிவ சிவா'' குடும்பத்தோடெ பெருமையும் பேரும் எல்லாம் தொலைஞ்சுதே! பரிசுத்தமும் தீட்டும் இல்லாமப் போச்சு! இதுகளோட தலையெ சுக்கு நூறாப் பண்ணுப்பா செங்க நாட்டப்பா! கடவுளே!''

அண்ணனைப் பற்றியுள்ள வசைகளை எல்லாம் கேட்ட அக்கா கண்ணீரில் முழுகாத நாளே இல்லை. எல்லோரும் ஏதோ பொருள் நிறைந்த மாதிரி அக்காவைப் பார்ப்பார்கள். மனசைத் துளைக்கிற மாதிரி பேசுவார்கள். போன முறை பிறந்த வீட்டுக்குப் போயிருந்த போது அக்கா, சாரியும் பிளவுசும் போட்டு அழகு பார்த்ததாக யாரோ சொன்னார்களாம். அக்காவின் துணிப் பெட்டியைப் பலவந்தமாகத் திறந்து பரிசோதித்தார்கள். புத்தகங்களையும், காகிதங்களையும் கண்டு அவற்றைக் கிழித்தெறிந்தார்கள். அவற்றைக் கொண்டு போய்க் கொடுக்கும் தங்கத்தையும் குற்றம் சொன்னார்கள்.

நடந்தவையெல்லாம் உண்ணி அண்ணனுக்குத் தெரியாமல் போயிருக்குமோ? இல்லை அந்த நெஞ்சில் சாந்தமும் அதிகமோ! உண்ணி அண்ணன் ஆரம்பத்திலிருந்தே இப்படித்தான். யாரையும் எதிர்க்கும் திராணி இல்லை. சம்பிரதாயங்களில் நம்பிக்கை. சொந்த தர்ம பத்தினியின் படுக்கையறையில் நுழையவும் நல்ல நேரம் பார்க்கிற வரல்லவா அண்ணன்! ஒரு நாள் தங்கம் கேட்டாள்:

''அண்ணா, உங்கள் வேதங்களிலும், புராணங்களிலும் மனைவி யைக் கை விடச் சொல்லி இருக்கிறதா? அவுங்களைப் பார்க்கக் கூடாதா? அப்படியானால் ஏனண்ணா கல்யாணம் பண்ணிக்கிட்டீங்க?''

அண்ணன் உணர்ச்சி வசப்படாமல் சொன்னார்: ''நான் அவுங் களெக் கைவிட மாட்டேன். இது அக்காவுக்கே தெரியும் தங்கம். ஆனால், அம்மாவையோ, குடும்பத்தையோ, குடும்ப சம்பிரதாயங் களையோ கைவிட மாட்டேன். பெரியவங்க நம்பிக்கைகளையும் விட மாட்டேன். அப்படி நீ சொல்லக் கூடாது தங்கம்.''

அக்கா மெல்ல மெல்ல மாறிக் கொண்டிருப்பது தங்கத்துக்குத் தெரிந்து கொண்டு தான் இருந்தது. இந்த மெல்லிய உடலுக்குள் ஓர் எரிமலை கனன்று புகைந்து கொண்டிருந்தது. மாற்றத்துக்காகத் துடித்துக் கொண்டிருந்த ஓர் ஏகாந்த மனதின் விம்மல்! சில வேளைகளில் பொறுக்க முடியாத நிராசையினால் அது நெருப்பாக உருவமெடுக்கும். வேறு சில சமயங்களில் அது பெருமூச்சாகும். மாமர நிழலிலும், குளக் கரை மண்டபத்திலும், மச்சின் உள்ளிருளிலும் நின்று தங்கமும், அக்கா வும் என்னவெல்லாம் பேசியிருக்கிறார்கள். பேச்சுக்களையும், செயல் களையும் பத்திரிகைகளில் படித்து விட்டு அக்கா பொறாமையோடு சொல்வாங்க:

"தங்கம், நான் ஓர் ஆண் மகனாக இருந்தால் என்று நினைத்துப் பார்க்கிறேன். ஆணாக இருந்திருந்தால் நான் என் மனைவிக்கு மட்டு மல்ல, எல்லாப் பெண்களுக்கும் சுதந்திரம் கொடுத்து விடுவேன். நாட்டின் சுதந்திரத்துக்காகவும், மனிதர்களின் சுதந்திரத்துக்காகவும் சாகவும் செய்வேன்."

அக்காவின் சுடர் விடும் முகத்தை வணக்கத்தோடு பார்த்துக் கொண்டே இருக்கும் போது தங்கம் நினைப்பாள்: "அக்கா வளர் கிறார்கள். வளர்ந்து வளர்ந்து உயர்கிறார்கள். ஒரு நம்பூதிரிப் பெண் ணாகப் பிறந்திருக்கா விட்டால் உண்ணி அண்ணனை விடவும், சொந்த அண்ணனை விடவும் உயர்ந்திருப்பார் அக்கா."

அப்பேர்ப்பட்ட அக்காதான் அழுது கொண்டு, திகைப்போடு இந்தக் கடிதத்தைக் கையில் கொடுத்தார். இச்செய்தி சேர வேண்டிய இடத்துக்குப் போய்ச் சேர வேண்டும். "நான் சேர்த்து விடுவேன் அக்கா. நல்லதானாலும், கெட்டதானாலும் இவ்விஷயத்தில் உங்களோடு துணை நிற்பேன். ஆனால்... என்.. என்... தலை விதி இதனோடு பின்னிப் பிணையாதிருக்கட்டும்... எனக்கு அதிலிருந்து விடுதலை தர வேண்டுமே... அப்பாவின் பழமையான குடும்பத்தைத் தகர்த்து விட்ட கொடியவளாக்கி விடாதீர்கள்!"

திடீரென்று எங்கிருந்தோ ஒரு வெடி வெடித்தது. திருமதி நாயர் நடுங்கிப் போனார். வைகளைக் காற்றில் நடுங்கும் உடலுடன் அவர் கங்கையை நோக்கினார். அலைகள் தொடர்ந்து எழுந்து கொண்டிருந் தன. நதியின் ஓட்டத்துக்கு முடிவே இல்லை. ஆற்றல் மிக்க பிரவாகத் தில் சிக்கிய வாழை இலைத் தொன்னை மட்டுமல்ல, மரங்களும், மரத் துண்டுகளும், பிணங்களும் கூட மிதந்து மிதந்து செல்கின்றன.

இரவு வெகு நேரமாகி விட்டதையும், தான் நெடு நேரமாக ஒரே இடத்தில் உட்கார்ந்திருப்பதையும் அவர் உணர்ந்தது அப்போதுதான்.

6. கடிதங்களின் கதாபாத்திரம்

குளிர்ச்சியால் மரத்துப் போன கைகால்களை நீவி நிமிர்த்தியபடி திருமதி நாயர் எழுந்தார். அடுத்த அறையில் மகனும், குழந்தையும் உறங்குகிறார்கள். அமைதியான தூக்கம். நமக்கு ஏன் இதுபோல் தூங்க முடியாமல் போயிற்று? முதுமையின் மிகக் கொடும் சாபமோ தூக்க மின்மை? இதிலிருந்து விமோசனம் கிடைக்க வழியில்லையோ?

மாடிச் சுற்றுச் சுவரைப் பிடித்து அவர் தொலைவில் நோக்கி நின்றார். பனி மூடிய சண்டி பர்வதத்தின் மேலே வானில் ஓர் ஒற்றை நட்சத்திரம் மின்னியது. எத்தனை பேரொளி! இது போல் ஒற்றை நட்சத்திரங்கள் மண்ணிலும் பிறப்பதுண்டு. சுற்றுப்புறம் எங்கும் அவர்களின் ஒளி விரியும். ஆனால், அவர்கள் தன்னந்தனியர்களாக இருப்பார்கள். அவர்களில் ஒருவர்தானோ அக்கா?... அண்ணனும், பி.கே.பி.யும் எல்லாம் அப்படிப்பட்ட ஏகாந்த வாழ்வினராகவே இருக்க வேண்டும். மறதியின் திரைக்கு அப்பால் ஒலிகளும், உருவங் களும், அனுபவங்களும் உயிர்த்தெழுந்து வரத் தொடங்கின. அக்ககா வின் முதல் கடிதத்துக்கு வந்த முதல் பதில். கடிதத்தின் குரல் இப்போதும் கேட்கிறது.

''தங்கையே! உன் துயரங்கள் எனக்குத் தெரியும். அவை உன்னுடையவை மட்டுமல்ல, சமூகத்திற்கு முழுவதும் உரியவை. பொறுத்துக் கொள். பொறுமை பக்குவமாகும் போது விடுதலை யின் காலம் வரும். அந்த நாளுக்குத் தயாராக இரு. உண்ணி நல்லவன்தான். அவனை நேசி. உன் வசப்படுத்து...''

அக்கா பதில் கூறுவார், இல்லை, எழுதினார்:

''பொறுத்துக் கொள்ள நான் முயல்கிறேன், அண்ணா! அதிகாலையில் குளிக்கிறேன். வழிபாட்டை முடிக்கிறேன். சமையல் வேலை செய்கிறேன். விரதம் இருக்கிறேன். தண்ணீர்ப் பிசாசுப் பாட்டியுடன்கூட வாதங்கள் செய்வதில்லை. ஆனால், எனக்குள் உருகிக் கொண்டிருக்கிறேன். ஒரு எழுத்தும் படிக்க வக் கில்லாமல், யாரோடும் பேச முடியாமல், செத்துப் போனது போல் ஒரு வாழ்க்கை... அவருக்கு ஒன்றும் புரியவில்லை. அண்ணா அவர் தெய்வம், மனிதரில்லை. மனிதனின் கதையெல்லாம் எனக்குச் சொல்லிக் கொடுத்து விட்டு ஏனண்ணா என்னை ஒரு தெய்வத்துக்குக் கட்டிக் கொடுத்து விட்டீர்கள்? எங்களுக்குள் பொருத்தம் வருமா? அண்ணா, உங்கள் பேச்சுக்களை நான் படிப்பதுண்டு, கட்டுரைகளைப் படிப்பதுண்டு, தங்கம் கொண்டு வந்து தருவதுண்டு. அவள் இல்லையானால் நான் எப்போதோ தற்கொலை செய்து கொண்டிருப்பேன்.''

இவ்வாறு தங்கம் அந்தக் கடிதங்களில் வழக்கமான கதாபாத்திரம் ஆன போதல்லவா அண்ணிக்குத் தெரியாமல் ஒரு துண்டுக் காகிதத்தை அதனுள் அவள் எழுதி வைத்தாள்: ''மன்னியுங்கள் திருமேனி.[1] தங்கம் என்பவள் ஒரு முகவரி மட்டுமே. அவள் அப்பன் நம்பூதிரி மகள். வேற்று சாதிக்காரி. வேற்று சாதிக் காரரைத் தீண்டக் கூடாது என்பது

---

1. **திருமேனி - உயர் குடியினரை விளிக்கும் மரியாதைச் சொல்.**

கடிதங்களின் கதாபாத்திரம் 39

அல்லவா உங்களுடைய புதிய நாகரிகம். அதனால் மன்னித்து விடுங்கள். என்னைப் பற்றி நினைக்கும் போது வெறுப்பு ஏற்படாமல் இருந்தால் போதும்!''

''அப்பனின் மகள்'' என்ற நாவலின் கதாநாயகிக்கு ஏற்பட்ட துயரமான முடிவு மனதுக்குள் இருந்ததால்தான அன்று அப்படி எழுத நேர்ந்தது. பதில் கடிதத்தில் வந்த துண்டுக் காகிதம் அதற்கு விடை கூறியது:

''முகம் தெரியாத என் பிரியமான சிறுமியே, சுலோசனா[1] என்பது ஒரு குறியீட்டு வடிவம். ஆனால், தங்கம்தான் உண்மை.

உண்மையைக் காட்டிக் கொடுப்பவர்களல்ல நாங்கள். அப்பனின் மகள் என்ற உண்மையை ஏற்றுக் கொள்ளாமல் சமுதாயத்திற்கு வருங் காலம் இல்லை என்று நம்புகிறவன் நான். அதனால்தான் நான் சாதியை எதிர்ப்பவனாக மாறி இருக்கிறேன்.''

மெல்லிய நீல நிறத் தாளில் சிறிய எழுத்துக்களில் நட்சத்திரம் போன்ற குறிப்பு. எத்தனை தடவை சிறுமி அதை வாசித்திருப்பாள்! எதனுடைய தொடக்கமாக இருந்தது அது? பி.கே.பி. நம்பூதிரியை அவர் விரும்பியிருந்தாரா என்று கேட்டால் தங்கம் நாயரிடம் இன்றும் பதில் இல்லை. ஆனால், அவள் அவரை மனதால் பூஜித்திருந்தாள். மதித்திருந் தாள். தன் அன்பான அண்ணியின் பிரியமான சகோதரன் என்பதோடு அல்லாமல் இனம் புரியாத ஒரு நெருக்கம் ஏற்பட்டிருந்தது இல்லையா? கடிதங்கள் அனுப்புவதிலும் பதில் கடிதங்களை எதிர்பார்ப்பதிலும் அண்ணியைவிட அவளுக்குத்தான் அதிக ஆர்வம் இருந்தது. காதலைப் பற்றி ஒரு வார்த்தைகூட அவர் எழுதவில்லை என்பதை அவர் நினைத்துப் பார்த்தார். வெளியே சொல்ல முடியாத எதுவும் அதில் இல்லை. ஆயினும் அக்குறிப்புகளை அண்ணிக்குத் தெரியாமல் கிழித்துப் போட்டதேன்?... அதைப் படிக்கையில் புளகாங்கிதம் நேர்ந்தது ஏன்? ஆகாயத்தில் நட்சத்திரங்களையும் பூமியில் பூக்களையும் சாட்சியாக வைத்து, அந்தச் சிறிய வரிகளைப் படித்து படித்து ஆனந்தம் அடைந்தது ஏன்? திருமதி நாயர் என்ற இந்த வயதான கிழவிக்குத் தெரியும், மனிதன் காதல் என்று அழைக்கும் இந்த இன்ப உணர்வு குற்றமற்ற ஒரு ஆனந்தம் என்று. ஆண் - பெண் வாழ்வியலை உன்னதமாக்கியவாறு சிறு பிராயங்களில் - சில இதயங்களில் - இந்த மொட்டு தானே வெடித்து மலர்கிறது. அது பலனை எதிர்பார்ப்பதில்லை. ஆனால், வாழ்க்கை முழுதும் மாறாத நறுமணம் வீசி வாடா மலராய்த் திகழ் கிறது. ஒரு தடவை கூடக் காதலிக்காத ஆண் - பெண்கள் எவ்வளவு துரதிர்ஷ்டசாலிகள்!

---

1. அப்பனின் மகள் என்னும் எம்.பி. பட்டதிரிப்பாடு நாவலின் கதாநாயகி.

காற்று வீசும் மனதில் மெல்லிய காகிதத் துண்டுகள் வெண் மேகங்கள் போல் பறந்து கொண்டிருக்க, திருமதி நாயருக்குப் புல்லரிப்பு உண்டாயிற்று. சொந்தக் காரியங்களைப் பற்றி ஓர் எழுத்துக் கூட அவர்கள் எழுதிக் கொள்ளவில்லை என்று அவர் எண்ணிப் பார்த் தார். அண்ணிதான் இருவருக்கும் முக்கியப் பொருளாக இருந்தார். பி.கே.பி. எழுதினார்:

"தங்கம், உண்ணி அண்ணனிடம் சொல். பெண் என்பது வெறும் உருவமோ, மரப் பொம்மையே அல்ல என்று! அவ ளுக்குப் பற்றிப் படர ஒரு கொம்பு வேண்டும். அன்பு செலுத்த ஓர் ஆண் வேண்டும். இவை இரண்டுமாக இருக்க இனி இந்தப் பிறவியில் உண்ணியால்தான் முடியும்..."

பிறகு ஒரு முறை அவர் எழுதினார்:

"தேதிக்குட்டியை சமாதானப்படுத்து. அவளுக்கு இவ் வளவு அறிவையும் சுதந்திர உணர்வையும் கொடுத்தது என் னுடைய தவறுதான். வேறொருத்தராக இருந்தால் எல்லாவற்றை யும் உடைத்தெறிந்து வெளியே வர நான் ஆலோசனை கூறி இருப்பேன். ஆனால், தங்கம்! அவள் உன்னுடைய அண்ணி ஆயிற்றே! உண்ணி உன் அண்ணனின் மனைவியாயிற்றே! உண்ணி யிடம் அவளுக்கு அளவு கடந்த பிரியம் உண்டு என்பதும் தெரி யும். ஒருமுறை வெட்டி எறிந்து விட்டால் பின் இணைப்பது மிகவும் சிரமம் என்று தேதியக்காவிடம் சொல்லவும்."

அவள் ஒரு முறை கூடப் பார்த்திராத விசித்திர குணமுடைய அந்த மனிதர் கடைசியாக எழுதிய வரிகள் இன்றும் காதுகளில் முழங்கிக் கொண்டிருக்கின்றன.

"தங்கம்! உன்னைப் பிரியமானவளே! என்றுகூட நான் ஒரு போதும் அழைத்ததில்லை. ஆனால், நீ எனக்குப் பிரியமுடைய வளாக இருக்கிறாய். என் செல்லத் தங்கையின் தோழியல்லவா? நீ புத்திசாலி. நினைக்க வேண்டியவற்றை நினைக்கவும், மறக்க வேண்டியவற்றை மறக்கவும் உன்னால் முடியும்... நாம் ஒருவரை ஒருவர் பார்த்ததில்லை. ஆனால், பார்க்காமலேயே உன்னை விரும்ப என்னால் முடிகிறது. காதல் என் ஜாதகத்தில் விதிக்கப் பட்டதல்ல. இந்தக் கடிதத் தொடர்பு இன்றோடு முடிவடைகிறது. நாளை நான் சத்தியாக்கிரகத்திற்குப் போகிறேன். அடிபட்டு இறக்க லாம்; அல்லது சிறையில் அடைபடலாம்; தூக்கிலிடப்படலாம். எவ்வாறாயினும் இந்தப் புற உலகிற்கு நான் இல்லாமல் போகி றேன். இதனை அண்ணியிடம் சொல்ல வேண்டாம். அவளை நான் உன் கையில் ஒப்படைக்கிறேன். உன்னுடைய கையில் மட்டும் தான்!"

ஆனால் என்னால் அவங்களைப் பத்திரமாகப் பார்த்துக் கொள்ள முடிந்ததா திருமேனி? பாதுகாக்க முடிந்ததா? யாரும் இன்னொருவ ருடைய பாதுகாவலராக இருக்க முடியாது. சட்டத்தை மீறிய குற்றத் திற்காக பி.கே.பி.யைக் கைது செய்ததைக் கேட்ட போது கதறி அழுத அண்ணியை நான் வேண்டுமென்றே சமாதானப்படுத்தவில்லை. அப்பா திட்டினார்:

"தேதி! இனி பிறந்த வீடு ஒன்றுண்டு என்பதை மறந்து விடு. அங்கே இனிமேல் போனால், இந்த வாசற்படியை மிதிக்க முடியாது..."

பாட்டி புலம்பினாள்: "சிவ சிவா! சிவ சிவா! இப்படிக் காலும் தலையுமில்லாத ஆட்களாகி விட்டார்களே நம்முடைய இளம் நம்பூதிரி கள்! தீண்டாததைத் தொட்டு அவங்களோடு சாப்பிட்டு கண்ணும் குருடாகி சிறைக்கும் போகும் காலம் வந்து விட்டதே! என் சாமி! செங்க நாட்டுத் தேவா, அவனோட தலையைச் சுக்கு நூறாக்கு."

பெரியம்மா மூக்கில் விரல் வைத்தாள்: "அந்தப் புதுச்சேரிக் காரன் அம்மாவைப் பற்றி நினைச்சுப் பார்க்கிறேன். வழிபாடுகள் எல்லாம் நடத்தி அப்புறம் கிடைச்ச குழந்தை அவன். அது இப்படி ஆகி விட்டது. குடும்பப் பேர் நாசமாகியது; குடும்பம் நாசமாகி விட்டது. அப்படியும் சகிச்சு இருக்கிறாங்களே பாவம்..."

அண்ணன் மட்டும் எதுவும் பேசாமல் பூஜையறையில் விளக்குத் திரியை நீட்டி விட்டுக் கொண்டு நின்றார். வீட்டிற்குள் ஏதோ விலக்குச் சடங்கு நடக்குமென்ற எதிர்பார்ப்போடு ஆட்கள் கூடி விட்டனர். கழிவறை அருகே மூலையில் குப்புறப் படுத்துக் கொண்டு அழுகின்ற அண்ணியை நேத்தியாரம்மாதான் சமாதானப்படுத்தினார்:

"அழாதே குழந்தே. இப்போ என்ன நடக்கக் கூடாதது நடந்து விட்டது? உங்கண்ணன் ஒரு நல்ல காரியத்துக்குத் தானே போனார். எத்தனை பேர் அப்படிப் போகப் போகிறார்கள்? திரும்பி வந்து பிராயச் சித்தம் செய்வார். அப்போது இப்பப் பேசுகிறவர்களெல்லாம் திரும்ப ஏற்றுக் கொள்வார்கள்."

இந்தச் சொற்கள் அம்மாவுக்குத் தன்னுடைய கருத்துக்களைக் கேட்டதனால் வந்தது என்று தங்கம் நினைத்துக் கொண்டாள். அண்ணி யின் சகோதரனுடனான கடிதப் போக்குவரத்துக்களைப் பற்றி எதுவும் அம்மாவுக்குத் தெரியாது. ஆனால், பி.கே.பி.யுடைய கடிதம் வருகின்ற நாட்களில் எல்லாம் தங்கம் அதிலுள்ள செய்திகளை வேறு வடிவில் மாற்றி விவாதம் செய்வதுண்டு. அவ்வாறு அரசியல் சமுதாய மாற்றங் களைப் பற்றிய அறிவு அம்மாவுக்குக் கிடைத்திருந்தது. அண்ணனோடு ஒரு முறை அம்மா சொல்லிக் கொண்டிருந்தார்: "சின்னத் தம்புராட்டி

க்கு ஒரு ரவிக்கையும் சேலையும் வாங்கிக் கொடு உண்ணிக் குட்டா. உடுத்திப் பார்த்தால் எத்தனை அழகா இருக்கும்..."

ஆனால், அண்ணிக்கு யாரும் ஒன்றும் வாங்கிக் கொடுக்க வில்லை. பி.கே.பி.யுடைய சிறை வாசத்தைத் தொடர்ந்து உண்டான உணர்ச்சிக் குமுறல் சிறிது அடங்கலாயிற்று. மனையில் குளிப்பதும், தொழுவதும், வழிபடுவதும் முறைப்படி நடந்தன. சமையலறையில் பெரிய பாத்திரங்களில் சோறும், குழம்பும் நேரத்திற்குத் தயாராகிக் கொண்டிருந்தன. அப்பன் நம்பூதிரி நிர்வாகக் காரியங்களிலும், நீதி மன்ற வேலைகளிலும் முழுகி விட்டார். எல்லாக் காரியங்களும் பழையபடி நடந்து கொண்டிருந்தன. அண்ணியுடைய கலங்கிச் சிவந்த கண்களில் ஒரு புதிய அக்கினி கொழுந்து விட்டதை மட்டும் யாரும் அறிந்திருக்கவில்லை!

தான் அப்போது பத்தாம் வகுப்பு படித்துக் கொண்டிருந்ததை அவர் நினைவு கூர்ந்தார். அவரது கவனம் பி.கே.பி.யிலிருந்தும் அண்ணி யிடமிருந்தும் மெல்ல விலகியிருந்தது. அரசியலும், காதலும் இல்லாத எத்தனையோ செய்திகள் புத்தகங்களில் இருந்தன. நான் படிக்க வேண்டும், படித்துப் படித்து பி.ஏ., எம்.ஏ., எல்லாம் பாஸாக வேண் டும். பிறகு ஒரு நல்ல வேலையில் யாருடைய தயவுமின்றி வாழ வேண் டும். தன்னைத்தானே நம்பி வாழும் கொள்கையில் பிடிப்புள்ளவளாய் இருந்தாள் தங்கம். அப்படியில்லாது இருந்தால் அண்ணியைப் போன் றும் அண்ணனைப் போன்றும் துன்பப்பட வேண்டும். நாட்டின் சுதந் திரம்கூட தனி மனிதனின் சுதந்திரத்திற்குப் பிறகுதான் என்று பி.கே.பி. க்கு அவள் எழுதியிருந்தாள். அப்பன் நம்பூதிரிக்குத் தன்னை மேலே படிக்க வைக்க எண்ணம் உண்டா என்பது தெரியவில்லை... ஆனால், நேத்தியாரம்மா சொல்வார்கள். "பத்தாம் வகுப்பு ஒண்ணு மேடேறி னால் போதும். பொண்ணை திருப்பூணித்துறைத் தம்புரான் கேட்டிருக் கிறார். மூப்பில் நாயர் கேட்டிருக்கிறார்..." என்றெல்லாம்.

தங்கம் சிரிப்பாள்: "பூரணத்துறை ஈசுவரனும், பத்மநாப சாமியும் கேட்டாலும் சரி, இந்தப் பெண் எம்.ஏ. பாஸாகும் வரை படிக்காமல் விட மாட்டாள்..."

7. விடை பெறும் போது

விதி, விதி என்று சொல்வது என்ன பொருள் என்று யாருக்காவது தெரியுமா? மனிதனின் விருப்பத்திற்குத் தகுந்தாற்போல் படைக்கவும்

(உருவாக்கவும்) இயக்கவும் செய்கின்ற சக்தியோ இது? அல்லது, கங்கையின் இந்த நீரோட்டம் போல் தன்னில் சேருகின்ற எல்லாவற்றை யும் தகர்த்து அடித்துக் கொண்டு போகின்ற அற்புதப் பிரவாகமோ? எவ்வாறாயினும் மானம்பள்ளி அப்பன் நம்பூதிரிப்பாடின் மகளும் நாயர் வீட்டின் சந்ததியுமான தங்கம் என்ற பெண் குழந்தை அன்று விதியை நம்பியிருக்கவில்லை. தனக்கு வேண்டியவற்றை அடம் பிடித்து வாங்க எந்தப் போராட்டத்துக்கும் அவள் தயாராக இருந்தாள். வாழ்க்கை ஒரு போராட்டம்தான். தனக்கும், அண்ணிக்கும், பி.கே.பி. நம்பூதிரிக்கும் கூட. அண்ணிக்குத் தட்டிக் கேட்டு வாங்கத் தெரிய வில்லை. தோற்று விட்ட கதாநாயகியாக இருந்தார் அவர். நானோ? மிகவும் எதிர்த்துப் பார்த்து விட்டேன் அல்லவா? ஆயினும் என்னா யிற்று கதை? திருமதி நாயர் நினைத்துப் பார்த்தார். பத்தாம் வகுப்பு பாஸாகிய பின் கல்யாணம்தான் என்றல்லவா அப்பா அம்மாவுடைய தீர்மானம். தங்கம் மிக நன்றாகத்தான் தேர்வும் எழுதியிருந்தாள். பாஸா வோம் என்ற நம்பிக்கையும் இருக்கிறது. தம்புரானுடைய, திருமேனி களுடைய ஆட்கள் வந்து போய்க் கொண்டிருந்தனர். அதில் ஒரு வரன் ஓரளவு நிச்சயமாவது போல் தோன்றியது... வரன் ஒரு பெரிய அரண் மனையின் மூத்த ராணி மகன். அழகன்! இளைஞன்! வசதியானவன்!... நேத்தியாரம்மா மிகவும் மகிழ்ச்சியடைந்தார்.

''தங்கம் பிறந்த போதே சங்கரவாரியர் சொல்லியிருக்கிறார். இந்தக் குழந்தை பெரியவளாகும் போது, மனையை அரண்மனை ஆக்குவாள் என்று. திருப்பூணித் துறை அரண்மனை காலஞ் சென்ற பெரிய பாட்டியின் ஜாதகம் இவளுக்கு. மனையின் அதிர்ஷ்டம். நம் முடைய அதிர்ஷ்டம். என் வடக்கு நாதா! குரவாயூரப்பா! இதை நடத்தித் தரணுமே!''

தங்கம் சிரித்துக் கொண்டு கேட்டாள்: ''என்னம்மா? என்னுடைய அதிர்ஷ்டத்தை நானும்கூடத் தெரிந்து கொள்கிறேன்.''

நேத்தியாரம்மா மீண்டும் வரனின் புகழ் பாடத் தொடங்கினார்.

''ராஜ பரம்பரையிலே இரண்டாவது வாரிசுரிமை தம்பிரானுக்கு. நம் தம்பிரானின் காலத்தில், நாயர் வீடு பச்சை பிடித்து விடும். தங்கம், கொஞ்சம் யோசித்துப் பார். முந்தைய காலங்களிலும் நம்முடைய பெண்கள் தான் நம்ம குடும்பத்தை உயர்த்தினவங்க. பெரிய பாட்டியின் கணவர் அவருக்கு ஒரு யானையையே சித்திரைக் கனி அன்று பரிசாகக் கொடுத்திருக்கிறார். வடக்கேயுள்ள வயல்களை குடும்பச் சொத்தாகப் பெற்றது அக்காவாக்கும். இனி நீதான் குடும்பத்திற்குக் காரும், மாலைத் தோட்டங்களும் சம்பாதித்துக் கொடுக்க வேண்டும்!''

பி.கே.பி. நம்பூதிரியின் வார்த்தைகளை நினைத்துக் கொண்டு தங்கம் என்ற அந்தப் பதினாறு வயசுப் பெண் சொன்னாள்: ''நானும் குடும்பத்தை நல்லாப் பண்ணுவேன் அம்மா! ஆனால், அது நம்பூதிரி களிடமிருந்தோ தம்புரான்களிடமிருந்தோ பிச்சை வாங்கியல்ல. நான் படிப்பேன். மேலும், மேலும் படித்து உயர்வேன். பிறகு மரியாதை யான ஒரு வேலையில் அமர்ந்து, குடும்பத்தை உயர்த்துவேன். அப்பா விடம் சொல்லி விடுங்கள். அதற்கு முன்னே எனக்குத் திருமணம் வேண்டாம் என்று. இது செங்கநாட்டு அப்பன் மேல் ஆணை!''

நேத்தியாரம்மாவின் திடுக்கிட்ட முகபாவம் இப்போதும் கண் முன்னே தெரிகிறது. தங்கம் பிடிக்காமலிருந்தால் அம்மா கீழே விழுந் திருப்பார்கள். வானம் இடிந்து விழுந்தால்கூட இப்படிக் கவலைப் பட்டிருக்க மாட்டார்கள். வீட்டின் சூழ்நிலை முற்றிலும் மாறி விட்டது. கல்யாணத்திற்குப் பந்தல் போடும் வேலையில் இருந்த அப்பன் நம்பூதிரி வீட்டுக்குள் வந்தார். எல்லாவற்றையும் அறிந்தார். அப்பா வுக்கு இப்படிக் கோபம் வந்து யாரும் இதுவரை கண்டதில்லை. மகளைச் சுட்டெரிப்பது போல மேலும் கீழும் ஒரு பார்வை பார்த்து விட்டு, ஒரு அழுத்தத்தோடு,

''ம்ம்... இப்ப நீ படிக்கணும், அப்படித்தானே? உன்னைப் படிக்க வைக்கிறேன். மானம்பள்ளி ரவி நம்பூதிரிக்குக் குழந்தைகளை வளர்க்கவும், படிக்க வைக்கவும் மட்டுமல்ல. ஒழுங்கு பண்ணவும், சொன்னபடி கேட்க வைக்கவும் கூடத் தெரியும். இதைப் புரிந்து கொள். உனக்குக் கல்யாணம் பண்ணப் பிடிக்கவில்லை, அப்படித்தானே?... உன்னை நான்... உன்னை...''

பளார்... ஓங்கி ஒரு அறை அவளுடைய இடப்பக்கக் கன்னத்தில் விட்டார். லேசாகக் கிள்ளிக்கூட வேதனைப்பட வைக்காத அப்பாவின் கைகளால் பெற்ற அடி. அதன் ஞாபகத்தில் இவ்வளவு நீண்ட காலத் திற்குப் பின் கூட திருமதி நாயர் கன்னத்தைத் தடவிக் கொண்டார். அந்த வேதனை, இப்போதும் இருக்கிறதா? அந்த வீக்கம்? தாங்க முடியாத வலியில் துடிக்கும் மகளைப் பிடித்து இழுத்து உள்ளே தள்ளிய போது அவர் போட்ட கட்டளையும் கேட்டது. ''இவளுக்கு இங்கே சொட்டுத் தண்ணீர் கூடத் தரக்கூடாது. இவள் படிக்கட்டும்... தனக்குத் தானே கிடந்து படிக்கட்டும்...''

தங்கத்திற்கு அது ஒரு தண்டனையே அல்ல. அவளுக்குப் பசியோ, தாகமோ இருக்கவில்லை. அம்மாவுடைய இக்கட்டான நிலை யும், அப்பாவின் கடுங்கோபமும், தன்னுடைய பிடிவாதமும் சேர்ந்து மனதில் ஒரு மயக்க நிலையை ஏற்படுத்தி இருந்தன. இரவோ, பகலோ என்று கூடத் தெரியாமல் மூர்ச்சையுற்றுக் கிடந்தாள். நேத்தியாரம்மா

விடை பெறும் போது 45

வடக்கு நாதனையும் குருவாயூரப்பனையும் வேண்டிக் கொண்டு கூக் குரலிட்டபடி வீட்டிற்குள் சுற்றிச் சுற்றி வந்து கொண்டிருந்தார். அப்பா கச்சேரி மாளிகையில் காரியஸ்தர்களைத் திட்டிக் கொண்டும், குத்தகைக் காரர்களோடு வாக்குவாதம் செய்தும் காலம் கழிக்கலானார். வேலைக் காரிகள் வயிற்றைத் தடவிக் கொண்டு, பெருமூச்சுடன் முணுமுணுத்துக் கொண்டிருந்தனர். அந்த நாட்களில் சமைக்கவில்லை என்றும் அப்பாவும் அம்மாவும் பட்டினி கிடந்தனர் என்றும் அவள் பிறகுதான் தெரிந்து கொண்டாள். நாட்கள் எத்தனை ஓடி விட்டன! ஒன்றா... இரண்டா... அல்லது மூன்றா?...

கடைசியாக உண்ணி அண்ணன் செங்க நாட்டுக் கோயிலில் இருந்து பஜனையை முடித்துத் திருநீறு பூசிக் கொண்டு, பிரசாதமும் பாயசமுமாக அருகில் வந்து அழைக்கின்ற குரலைக் கேட்டாள்: ''தங்கம்!''

அவள் தலையைத் தூக்கிப் பார்த்தாள். கண் கலங்கியிருந்தது. கொஞ்சம் தேம்பிக் கொண்டிருந்தது. அண்ணன் கேட்டார்: ''தங்கம் நீ அடிக்கடி சொல்வாயே, உனக்கு உண்ணி அண்ணன் மேல்தான் அதிக மான பிரியம் என்று! உண்ணி அண்ணனுக்காக எது வேண்டுமானாலும் செய்வேன் என்று; அது உண்மைதானே?''

அவள் வருத்தத்தோடு சொன்னாள்: ''ஆமாம் அண்ணா! அண்ணனுக்கு வேண்டி நான் எதுவும் செய்வேன். ஆனால், அது போல அண்ணனும் எனக்காக எதுவும் செய்வீர்கள் அல்லவா?''

''அதில் சந்தேகமா தங்கத்திற்கு? உனக்காகத்தான் நான் செல்கி றேன். எழுந்திரு. இந்தப் பாயசத்தைக் குடி, செங்க நாட்டு அப்பனின் பிரசாதம் இது. நாங்களெல்லாம் எவ்வளவு வருத்தப்படுகிறோம் என்று தெரியுமா உனக்கு? கல்யாணம் இப்போது வேண்டாமென்றால் வேண்டாம்... படிக்கிறாயா?... படிக்க வைக்கிறோம். எல்லாம் அப்பா விடம் சொல்லி ஏற்பாடு செய்யலாம், வா, வந்து கொஞ்சம் சாப்பிடு.''

''உண்ணி அண்ணன் ஏற்றுக் கொண்டீர்கள் அல்லவா? பிறகு சாக்குப் போக்கு சொல்லக் கூடாது.'' அந்தப் பிடிவாதக்காரி சந்தேகத் தோடு கேட்டாள்: ''நான் படிக்க வேண்டும். என்னைப் படிக்க வைப்பீர்களா அண்ணா?''

''ஆமாம்'' என்று உறுதியளித்தார் அண்ணன்.

''தம்பி அடுத்த வாரம் வருவான். அந்தப் பெரிய மனுஷனும் படிக்க வேண்டுமாம். நான் அப்பாவோடு சொல்கிறேன். ரெண்டு பேரும் சேர்ந்து போகலாம். அங்கே வேண்டிய சௌகரியங்களும் செய்து தருகிறேன்.''

உண்ணியண்ணன் தம்பி, அம்மா வழிப் பாட்டியின் இல்லத்தில் செல்லப் பேரனாய்ச் சிறு வயதிலிருந்தே வளர்ந்து வருகிறான்.

முற்போக்கு எண்ணங்கள் உள்ள அந்த வீட்டு மாமன், மரு மகனைப் பள்ளிக் கூடத்திற்கு அனுப்புவதாகவும், படிக்க வைப்பதாகவும் கேள்விப்பட்டதுண்டு. ஆனால், அப்பன் நம்பூதிரியும் இதைக் கண்டு கொண்டதாகக் காட்டிக் கொள்ளவில்லை. அவரைப் பொறுத்த வரை உண்ணிதான் முக்கியம். மானம்பள்ளி இல்லத்தினுடைய பாரம் பரியத்தை உயர்த்த வேண்டிய பொறுப்பு உண்ணியிடம்தான். அதோடு, தம்பி கொஞ்சம் அந்நிய மொழியைப் படித்தாலும் பரவாயில்லை. அது நீதிமன்றக் காரியங்களுக்குச் சிறிது உதவியாக இருக்கும் என்று நினைத்திருக்கலாம்.

தங்கத்தினுடைய புரட்சிகரமான, ஆனால் பிடிவாதமான போராட்டத்தோடு தொடர்புடையதாக இருந்ததால் தம்பி படிப்பதைக் குறித்து யாரும் எதிர்க்கவில்லை. என்ன இருந்தாலும் அவன் தம்பி அல்லவா? அதோடு மகளுக்கு ஒரு துணையாகவும் இருப்பான் என்று நேத்தியாரம்மாவும் உள்ளுக்குள் மகிழ்ச்சி கொண்டார். செங்க நாட்டுக் கிராமத்திலிருந்து நடந்தோ மாட்டு வண்டியிலோ தான் ரயில்வே ஸ்டேஷனுக்குச் செல்ல வேண்டும். அங்கிருந்து மேலும் மூன்றரை மணி நேரம் ரயில் பயணம். பிறகுதான் நகரத்தை அடைய முடியும். அங்கு ஆண்களுக்கும் பெண்களுக்கும் தனித் தனிக் கல்லூரிகள் உண்டு. தம்பி நம்பூதிரி கோயிலுக்கு அருகிலுள்ள எம்பிராந்திரியின் லாட்ஜில் தங்கிக் கொள்ளட்டும். தங்கம் பெண்கள் விடுதியில் தங்கட்டும் என்று முடிவு செய்தவர் வக்கீல் சகஸ்ரநாமம்தான். காரியஸ்தன் சங்கரன் நாயர் மாட்டு வண்டியுடன் வந்து விட்டார். அப்பன் நம்பூதிரி, தனக்கு இதைப் பற்றி எதுவும் தெரியாது என்ற பாவனையில் சற்று தூரத்தில் உள்ள ஒரு குளத்திற்குப் போய் விட்டார். நேத்தியாரம்மா, தங்கத்தின் பெட்டி படுக்கைகளைக் கட்டி வைத்தார். அவர் மகளைப் பிரிவதை நினைத்து அழுது கொண்டே அவருக்கு அறிவுரைகள் கூறினார். தங்கம் புறப்படுவதற்கு முன் மனைக்குச் சென்றாள். அண்ணி மந்தாரை மரத்தின் கீழ் சிந்தனை வசப்பட்டவராக அமர்ந்திருந்தார்.

அழுக்கடைந்த சேலையைச் சுருக்கிச் செருகி, முடியைக் கவனம் இன்றி மேலே தூக்கிக் கட்டி, மெலிந்து, சோகையாக இருந்த அந்த இளம் பெண் பார்ப்பதற்கு ஒரு பெண் துறவியைப் போல் காணப் பட்டார். கொஞ்ச நேரம் இருவரும் ஒருவரையொருவர் பார்த்துக் கொண்டிருந்தனர். ஒன்றும் பேச முடியவில்லை. கடைசியில் அண்ணி கேட்டார்: "அப்போ, தங்கம் புறப்பட்டாச்சு, இல்லையா? சரி போ, படித்து முடித்து வெற்றியோடு வா. தங்கத்தினுடைய மகிழ்ச்சி தான்

விடை பெறும் போது

எனக்கும் மகிழ்ச்சி! அண்ணனுக்கு இந்த அளவு அக்கறையாவது இருந்ததே. தங்கம் ஒரு பெரிய ஆளாகி வரும் போது அப்பாவும் சந்தோஷப் படுவார்!''

கொஞ்சம் நிறுத்தி ஒரு பெருமூச்சோடு அவர் தொடர்ந்தார்: ''நாம் ஒருவரையொருவர் எப்போது பார்ப்போமோ! பார்க்கத் தான் அதிர்ஷ்டம் இருக்கிறதோ என்னவோ! சந்தேகந்தான். எப்படியானாலும் மறக்காமல் இரு தங்கம். இந்த உலகத்தில் நான் எதையும் விட அதிகமான அன்பு செலுத்துவது உன் மேல்தான். நாம் இருவரும் ஒருவர்தான் என்று தோன்றுகிறது.''

தங்கத்திற்குக் கண்ணீரை அடக்க முடியவில்லை. அவளுக்கு அழுகை உடைத்துக் கொண்டு வர அண்ணியின் கால்களில் விழுந்து தேம்பியபடி சொன்னாள்: ''மறப்பதா, என் பிரியமான அண்ணியை - என் தோழியை - என் அம்பாளை - என்னையே மறந்தாலும் நான் தங்களை மறக்க மாட்டேன் அண்ணி! வரும் விடுமுறையில் நாம் சந்திப்போம். நான் உண்ணி அண்ணனுக்குக் கடிதம் எழுதுகிறேன். அண்ணனுடைய விரதம் முடியப் போகிறது அல்லவா? அண்ணனை மன்னியுங்கள் அண்ணி....''

தேதியக்கா பதில் ஏதும் பேசவில்லை. அவர் மௌனமாய் இருந்தார். ''உனக்கு நன்மை உண்டாகட்டும் குழந்தே! உன்னைப் போல் மன உறுதி எனக்குக் கிடைக்கவில்லையே'' என்று வருந்தும் பாவனையில் அவரது நீண்ட தாமரைக் கண்கள் தங்கத்தின் மீது ஊர்ந்து நீவிக் கொடுத்தன. தலையில் கை வைத்து ஆசீர்வதிக்கும் போது அவருடைய கண்ணீர் என் தலையில் உதிர்ந்து கொண்டிருந்தது. என்னுடையது அவர் பாதங்களிலும்.

அப்படியே எவ்வளவு நேரம் இருந்தோம்! நினைவில்லை. இன்றும் அதே மாதிரி இந்தத் தலை அவருடைய பாதங்களில் இருப்பதாகவே தோன்றுகிறது. பித்தளை வளை அணிந்து தழும்பேறிய, தாமரைத் தண்டு போன்ற அந்தக் கைகள் இப்பொழுதும் தன்னுடைய தலை மீது இருக்கின்றனவோ....''

திருமதி நாயர் தன் நெற்றியை விரல்களால் தடவிப் பார்த்தார். பரஸ்பரம் ஒருவரையொருவர் பார்த்துக் கொண்டு அவர் அன்று ரொம்ப நேரம் நின்றிருந்தாரே. விடை பெறும் போது இனி ஒரு போதும் நாங்கள் சந்திக்க மாட்டோம் என்று நினைத்திருந்தாரோ? பார்த்தாலும்கூட அடையாளம் தெரியாது என்று நினைத்திருந்தாரோ? யாரும் யாரையும் என்றும் நினைத்திருப்பதில்லை அண்ணி! அதுதான் வாழ்க்கை. எனக்கு மன்னிப்புத் தாருங்கள்.

8. விடுமுறை

பிடிவாதத்தோடு பெற்ற எதுவும், பெற்றபின் வேதனைக்கு உரியதாயிருக்கும் என்று தங்கத்திற்குப் புரியத் தொடங்கியது. மனச் சாட்சியைக் கிள்ளி வலி ஏற்படுத்தும் ஒரு குற்ற உணர்வு அதில் இருக்கும். யாரோடும் ஒரு புகார் கூடச் சொல்லாமல் வந்ததெல்லாம் பொறுத்துக் கொண்டே ஆக வேண்டும். இது கல்லூரியில் சேர்ந்து ஒரு வாரத்தில் அவளுக்குத் தெளிவாகி விட்டது. பெண்களுக்கான விடுதி ஒரு சிறிய கட்டிடம். மிகக் குறைவான பெண்களே இருந்தனர். எனினும், அவர்களின் பெரும்பாலானவர்கள் அவளுடைய பழக்க நடைமுறைகளுக்கும், உணவு முறைகளுக்கும் இசையாதவர்களாக இருந்தனர். ஓர் அறையில் நான்கு கட்டில்கள் அருகருகே போடப்பட் டிருந்தன. குளிப்பதற்குக் குளமில்லை, தொழுவதற்குக் கோயில் இல்லை. தனிமையில் இருந்து கனவு காணக்கூட வசதி இல்லை. எனினும், அவள் வீட்டைப் பற்றியும் உறவினர்களைப் பற்றியும் கனவுகளில் மூழ்கியிருந்தாள். அப்பாவும் அம்மாவும் இப்போது என்ன செய்து கொண்டிருப்பார்கள்? ஏழு குழந்தைகளை இழந்த பின் தவம் இருந்து பெற்ற ஒரே மகள் நான். துன்பம் என்பதைக் கொஞ்சமும் அறி யாதவள். நிலவினைப் பிடித்துத் தர வேண்டும் என்று சொன்னால்கூட கொஞ்சம் குதித்துப் பார்க்கவும் ஆட்கள் இருந்தனர். அதுதான் இத்தனை பிடிவாதத்திற்குக் காரணமாய் இருக்க வேண்டும். உண்ணியண்ணன் எத்தனையோ எடுத்துச் சொன்னதினால்தான் அப்பா தன் மேற்படிப் பிற்கு மௌன அனுமதி தந்தார் என்பதை அவள் நினைத்துப் பார்த்தாள்.

உண்ணியண்ணன் சொன்னார்: ''நான் தங்கத்திடம் வாக்குக் கொடுத்து விட்டேன் அப்பா! அவளைக் கல்லூரியில் சேர்க்கணும். சமஸ்கிருதமென்றாலும் ஆங்கிலமென்றாலும் படிப்புப் படிப்புத் தானே! அவளுக்கு மேன்மையே கிடைக்கும் - அத்தோடு தம்பியும் கூட இருக்கிறான் அல்லவா? அந்தப் பண்டிதனும் படிக்கணும் என்று சொல்கிறானே. காலம் மாறி இருப்பதை நாமும் அறிந்து கொள்ள வேண்டும்.''

அப்பன் நம்பூதிரி முதலில் கோபத்தில் குதித்தார். பிறகு சொன்னார்: ''உண்ணிக்கும் அதுதான் விருப்பமென்றால் அப்படியே ஆகட்டும். அவளுடைய காரியங்கள் இனி எனக்கு வேண்டாம். எல்லாம் உண்ணி, நீயே கவனித்துக் கொள். ஏழு குழந்தைகள் இல் லாமல் போயிற்று. அத்தோடு இதையும் சேர்த்து நினைச்சுக்கலாம். மானம்பள்ளி ரவி நம்பூதிரி, யாரிடத்திலும் தோற்றது இல்லை உண்ணி! இன்று தோற்கிறேன். அதுவும் அவளோடல்ல, உன்னோடு.''

''இந்தத் தோல்வி, வெற்றியாய் வரும் அப்பா'' என்று அண்ணன் அடித்துச் சொன்னார். ''அவள் மேலுக்கு வருவாள்; நன்கு படிப்பாள்; இதைவிட, ஒரு நல்ல கணவன் கிடைக்கவும் செய்வான். அப்போது அப்பா, ஆசீர்வதிக்கத்தான் போகிறீர்கள்.''

அதற்குப் பிறகும் விடைபெறும் போது இருந்த அப்பாவின் உக்கிரமானதும், வேதனை நிரம்பியதுமான பார்வையின் கூர்மை தங்கத்தினுடைய இதயத்தில் ஆழ்ந்து தைத்து விட்டது.

''இத்தனை விலை கொடுத்துப் பெற்றபின் என்ன கிடைத்தது? என்ன கிடைத்தது? என்று கேட்பதைப் போல...!'' ஒரு விதத்தில் தங்கத்தினுயை பிடிவாதம் தம்பிக்கும் சாதகமாய் இருந்தது. அதனால் தானே அவனுக்கும் கல்லூரியை எட்டிப் பார்க்க முடிந்தது.

தம்பி*(நம்பூதிரி)*யண்ணன் எப்போதாவது பெண்கள் விடுதிக்கு வருவதுண்டு. அப்பா கொடுத்தனுப்புகின்ற பணமும் அம்மா கொடுத் தனுப்புகின்ற பலகாரங்களும், ஊறுகாயும், காய்ச்சிய எண்ணெயும் அவ்வப்போது கொண்டு வந்து கொடுப்பார். வளவளவென்று தம்பி யண்ணன் பேச மாட்டார்.

''அப்பாவுக்குக் கொஞ்ச நாளாய் சுகமில்லை.''

''நேத்தியாரம்மாவுக்குச் சளி பிடித்திருந்தது'' அல்லது

''உண்ணியண்ணன் பாராயணம் *(சப்தாகம்)*[1] தொடங்கி இருக் கிறார்'' என்று ஒற்றை வரிகளில் தகவல் சொல்லுவார். இபபடிச் சொல்லி வரும் போது ஒரு முறை.

''அண்ணி பிறந்த வீட்டுக்குப் போயிருக்கிறார்கள்'' என்றும் சொன்னார்.

எதற்காகப் போயிருக்கிறார்...?

எப்போது போனார்...?

எப்போது திரும்புவார்...? என்றெல்லாம் கேட்க முடியாதே.

தம்பி நம்பூதிரி அண்ணியின் முன் போகலாகாது என்பது சம்பிரதாயம். அப்புறமல்லவர் விஷயங்கள் தெரிந்து வருவது உண்ணி அண்ணனுக்கு ஒரு கடிதம் எழுதலாமா என்று முதலில் தோன்றியது. பிறகு நினைத்தாள்; ஓணம் விடுமுறைக்குப் போவோமல்லவா? அப் போது எல்லாவற்றையும் தெளிவாகக் கேட்டுக் கொள்ளலாம். அப் போது அண்ணியும் வந்து விடுவார்கள். புத்தகங்கள் கூட நான்கைந்து வாங்கிக் கொண்டு போய்க் கொடுக்கணும். வள்ளத்தோளுடைய

1. **சப்தாகம் - பாகவதம் முதலிய புராணங்களை ஏழு நாள் தொடர்ந்து வாசிக்கும் பாராயணம்.**

சாகித்திய மஞ்சரி, விடி, எம்.ஆர்., எம்.பி. இவர்களுடைய[1] சில புத்த கங்கள். அண்ணி கவிதை படித்தால் கேட்பதற்கு எத்தனை இனிமை! புரட்சிப் பாடல்கள்கூட, மெல்லிய சோக ரசம் நிறைந்த ராகத்தில் அவர்கள் வாசிக்கக் கேட்டால் நாம் அழுது விடுவோம்... ஏன் அண்ணி, எப்போதும் இப்படியிருக்கிறார்? ஓ... எனக்கு அழத் தெரியாததைப் போல் அவருக்குச் சிரிக்கத் தெரியாமல் இருக்கலாம்.

கல்லூரிக்கு வந்த பிறகு முதல் தடவையாக ஊருக்குப் போகி றாள். தம்பியண்ணனோடு ரயில்வே ஸ்டேஷனில் இறங்கிய போது மனையின் வில் வண்டி காத்துக் கொண்டிருந்தது. போகும் வழியில் தம்பியண்ணன் சொன்னார்: "தங்கம் நேராக இல்லத்திற்குப் போய் விட்டுப் போ. உண்ணியண்ணன் காத்துக் கொண்டிருக்கலாம்.''

ஏன் அப்படி? நான் ஆச்சரியப்பட்டேன். தம்பியண்ணன் பதற்றமின்றி மெதுவாகச் சொன்னார்: "அண்ணி வீட்டை விட்டு ஓடிப் போன கதை உனக்குத் தெரியாதா?''

"ஓடிப் போவதா? எங்கே? எதற்கு?'' நான் உறைந்து போனேன். தம்பியண்ணன் சொன்னார்:

"அவுங்க வீட்டுக்குத்தான். வேறெங்கும் இல்ல தங்கம்!... அவுங்க அம்மாவுக்கு உடல்நிலை சரியில்லை. ஆள் வந்தது. மானம் பள்ளி இல்லத்து அகத்தம்மாவைத் தள்ளி வைக்கப்பட்டவர்கள் வீட்டுக்கு அனுப்புவதற்கு இல்லை என்று அப்பனும், அம்மாவும், பாட்டியும் எல்லோரும் கூறிவிட்டனர். 'அப்படியென்றால் நானும் தள்ளி வைக்கப்பட்டவள்தான்... நானும் போவேன்...' என்றாள் அண்ணி. உண்ணியண்ணன் ஒன்றும் பேசாமல் அம்மாவையும், அண்ணியையும் மாறி மாறிப் பார்த்துக் கொள்ளுகிற காரியத்தை மட்டும் செய்தார்.''

"அப்புறம்?'' நான் துக்கம் தொண்டையை அடைக்கக் கேட்டேன்.

"அப்புறமென்ன? அண்ணிக்கு அவுங்க கடமை தெரிந்திருந்தது. அம்மா சாகக் கிடக்கிறார்கள். ஒரு தடவை போய்ப் பார்க்கணும். கணவனும் குடும்பத்தாரும் எதிர்க்கின்றனர். அவர் எழுந்து உண்ணி அண்ணன், அம்மா இருவர் காலிலும் விழுந்து நமஸ்கரித்தார். பிறகு எதையும் பொருட்படுத்தாது இறங்கிப் போய் விட்டார். அவ்வாறு

---

1. வி.டி. - வி.டி. பட்டதிரிப்பாடு என்னும் சீர்திருத்த நோக்குள்ள நம்பூதிரி எழுத்தாளர்.
   எம்.ஆர்., எம்.பி., — இவர்களும் நம்பூதிரி எழுத்தாளர்கள்.

விடுமுறை

போனவரைத் திரும்ப இல்லத்திற்குள் அனுமதிக்கக் கூடாது என்பது, அப்பா, அம்மாவுடைய பிடிவாதம்.''

"அப்படியானால், உண்ணியண்ணனும் அவரை ஒதுக்கி விட்டாரா? அண்ணனுக்கும் தெரிந்துதான் இதெல்லாம் நடந்ததோ?"

நான் விம்மி உடைந்து அழுதேன். தம்பியண்ணன் மௌனமாகத் தன் தலையைத் தடவிக் கொண்டு சொல்வார்:

"பயப்படாதே தங்கம்! இதோடு மட்டும் நிற்காது. சீக்கிரமே நான் என் குடுமியை வெட்டி எறிவேன். அப்போது நானும் தள்ளி வைக்கப்பட்டவன் ஆவேன். இப்போதுகூட பணப் பெட்டியின் சாவி அப்பாவின் கையிலாயிற்றே என்றுதான் பார்க்கிறேன்.''

உறுதியான அந்த இளைஞனின் அச்சமற்ற முகத்தைப் பார்த்துக் கொண்டு அவள் நினைத்தாள்:

"உண்ணியண்ணனின் தம்பிக்கு இது எப்படி நேர்ந்தது? தலைமுறைகளின் பாரம்பரியம் மாறி மாறி வருவதாக இருக்கலாம். சாதுவான அச்சன் நம்பூதிரியுடைய தம்பியல்லவா கோபக்காரனான அப்பன் நம்பூதிரி! அது தொடர்கிறது. ஆனால், இவைகளுக்கு இடையில் அகப்பட்ட அண்ணி பாவம். அவர் கதி என்ன ஆகும்? பைத்தியக்காரச் சித்தியாகவா; தண்ணீர் பிசாசுப் பாட்டியாகவா; அல்லது குறியேடத்து தாத்ரியாகவா?[1] இவர்களில் யாராகப் பரிணமிக்கப் போகிறார் என் அண்ணி?"

தொண்டை இடற அவள் சொன்னாள்:

"நான் வீட்டுக்குப் போய்க் குளித்துச் சாப்பிட்டு விட்டு வருகிறேன் தம்பியண்ணா. உண்ணியண்ணன் இப்போது பாகவதம் படித்துக் கொண்டிருப்பார்களே. அது முடியட்டும். உண்ணி அண்ணன் முன் செல்ல நான் கொஞ்சம் மனதை வலுப்படுத்திக் கொள்ளவும் வேணும்.''

அவர்கள் வண்டியிலிருந்து இறங்கிய போது நேத்தியாரம்மா வாசற்படியிலேயே காத்துக் கிடந்தார். வில் வண்டியில் மணியோசை கேட்ட உடனே, மனையிலும், மடத்திலும் உள்ள பணியாட்கள் எல்லோரும் ஓடி வந்து விட்டனர்.

"தங்கக் குட்டி இளைச்சுட்டாளே!...."

---

1. இந்த நூற்றாண்டு தொடக்கத்தில் ஒழுக்கம் கெட்டவள் என நம்பூதிரிப் பெண் ஒருத்தி விசாரணைக்கு உட்படுத்தப்பட்டாள். கேட்டவர் திடுக்கிடும் வண்ணம் அவள் தன்னோடு பாலுறவு கொண்ட நம்பூதிரிப் பெரியவர்களின் பட்டியலைச் சொன்னாள்.

''தங்கக் குட்டி வளர்ந்துட்டாளே!....''

''தங்கக் குட்டியைப் பார்க்கக் கண்கள் காத்துக் கிடக்குதே.''

இப்படிப் பல வகை விசாரிப்புகளுக்கு இடையில் அவள் மெதுவாகச் சென்று நேத்தியாரம்மாவின் அருகில் நின்றாள். அம்மா தாரை தாரையாய்க் கண்ணீர் வடித்துக் கொண்டிருந்தார். அதைத் தாகத்தோடு பார்த்தபடி நின்றாள் மகள். நான்கு மாதங்கள்தான் ஆகிறது அவர்கள் பிரிந்து. ஆனால், நான்கு யுகங்கள் போல் தோன்றுகிறது. ஒரு போதும் அழுதறியாத தங்கம் ஒரு தேம்பலுடன் அம்மாவின் நெஞ்சில் சாய்ந்து விழுந்தாள்...

''அப்பா எனக்கு மன்னிப்புத் தர மாட்டாரா அம்மா? என்னை மன்னிக்க மாட்டாரா? ஆசீர்வதிக்க மாட்டாரா?''

நேத்தியாரம்மா மகளின் முதுகைத் தடவியபடி இடறும் குரலில் சொன்னார்:

''அப்பா யாரையும் இதுவரை மன்னித்துப் பார்த்ததில்லை மகளே! ஆனால், இனி மன்னிப்பார். மன்னிக்காமல் முடியாது அல்லவா? அதற்கும் காலம் கடந்து போகுமோ என்னவோ!..''

ஜன்னலுக்கு அருகில் ஒரு நிழல் கடப்பது போல் இருவரும் உணர்ந்தனர். சுவருக்குப் பின்னால் மறைந்து நின்று எங்களைக் கவனித்தது யாராக இருக்கும்? யாராக இருக்கும்?

''அப்பா சாப்பிட்டு விட்டு வந்து விட்டார் போல் இருக்கிறது'' நேத்தியாரம்மா எழுந்து உள்ளே போனார்.

அன்றிரவு தூங்கிக் கொண்டிருக்கும் போது தங்கத்திற்கு அற்புத மான ஒரு கனவு வந்தது. கனவோ அல்லது தரிசனமோ? நிஜந்தானோ? அது எவ்வாறாயினும் தங்கம் நாயர் என்ற இந்த வயோதிகப் பெண் மணிக்கு வாழ்க்கையில் ஒரு போதும் இது போன்ற ஒரு அனுபவம் ஏற்பட்டதில்லை. நினைக்கும் போது புல்லரிக்கிறது. கச்சேரி மாளிகை க்கு மேல் அப்பாவும், அம்மாவும் உறங்கும் அறைக்குப் பக்கத்தில் உள்ள சிறிய அறையில் அவள் படுத்துக் கொண்டிருந்தாள். பயணக் களைப்பு, அண்ணி வீட்டை விட்டுப் போன செய்தி, அப்பாவின் எதிர்ப்பு, தன் விரக்தி நிலை... எல்லாம் சேர்ந்து ஒன்றாகி உணர்ச்சியில் குழைந்து மனதும் உடம்பும் ஒரே மாதிரி அவளுக்குத் தளர்ந்து போய் இருந்தன. எது, எது தவறு என்று தீர்மானம் செய்ய முடியவில்லை. தலை வலித்தது. உடம்பு முழுதும் வியர்த்து விட்டது. ஜன்னலுக்கு அருகில் உள்ள கட்டிலில் வாடித் தளர்ந்து கிடந்தாள். ஆகாயத்தில் மேகக் குவியல்கள் திரண்டு இருண்டு கிடந்தன. மின்னல் 'பளிச்' என மின்னுகிறது. இடையிடையே கரகரவென்று இடி இடிக்கிறது. தாங்க முடியாத புழுக்கம், புகைச்சல், அவள் தூங்கி விட்டாளோ அல்லது

மயக்கமோ? நினைவிழந்து விட்டாளோ? என்னவாக இருப்பினும் கண்கள் மூடியிருந்தன. உடல் அசைவின்றிக் கடந்தது. இரவு மூன்றாவது சாமம் கழிந்திருக்கும் என்று தோன்றுகிறது. அப்பாவின் அறைக் கதவு மெல்லத் திறப்பது போல் ஒலி கேட்டது. தொடர்ந்து மெல்லிய காலடியோசை. மெல்ல மெல்ல அருகில் வருகிறது. கண்களை மூடி இருப்பினும் யாருடைய கண்களோ அவள் மேல் வாஞ்சையோடு படருவதாய்த் தோன்றியது. அடக்கி வைத்த ஒரு பெருமூச்சு, தடித்த விரல்கள் மென்மையாகத் தலையைத் தடவுகின்றன. "பாவம்! என் குழந்தை பாவம்!" என்று சொல்வதைப் போல் அந்த விரல்களின் அசைவு இருந்தது. மெல்ல ஒரு முகம் கீழே குவிகிறது. உதடுகள் நெற்றியில் பதிகின்றன. தெண்டனிட்டு வழிபாடு செய்து பழகியதால் தழும்பேறிய நெற்றியின் சொரசொரப்பு. வழுக்கைத் தலையின் மென்மை. ஓ! அப்பா! பரவச அலைகளில் முழுகி அவள் மனம் நெகிழ்ந்து உறைந்து கிடந்தாள். சொர்க்கத்தின் விளிம்பைத் தொட்ட சுக மயக்கம். அந்தக் காலடிகள் திரும்பிப் போகின்ற ஓசையைக் கூட அவள் கவனிக்கவில்லை.

மானம்பள்ளி மனை அப்பன் நம்பூதிரியின் இந்த வேற்றுச் சாதி மகள் அதன் பிறகு அன்றிரவு தூங்கவே இல்லை. அப்பாவும் தூங்கி இருக்க மாட்டார். அப்பா அவளிடம் மன்னிப்புக் கேட்டிருப்பாரோ? அல்லது அவளுக்கு மன்னிப்பு தந்தாரோ? அந்த வறண்ட இதயத்தில் இவ்வளவு பெரிய அன்புக் கடல் ஒளிந்திருந்ததா? அவள் பாக்கியவதி தான். கொடுத்து வைத்தவள்தான். பெற வேண்டிய பேறெல்லாம் பெற்ற புண்ணியவதியாய் இருக்கிறாள் தங்கம்.

விடுமுறை முடிந்து கல்லூரிக்குத் திரும்பும் போது அவள் அப்பாவின் பாதங்களில் விழுந்து ரொம்ப நேரம் அப்படியே கிடந்தாள். "எனக்கு மன்னிப்புத் தாருங்கள் அப்பா! என்னை ஆசீர்வதியுங்கள்! அப்பாவின் விருப்பம்தான் என்னுடைய விருப்பம். இனி ஒருபோதும் அதை மீற மாட்டேன்!" என்று சொல்வதைப் போல.

ஓ.. விதி! எத்தனை நம்ப முடியாத வழிகளில் எல்லாம் சஞ்சரித்துத் தனது காரியங்களைச் செய்து முடிக்கிறது! அதற்கப்புறம் ஒரு போதும் அவருக்கு இந்தச் சந்தர்ப்பம் கிடைத்திருக்காது அல்லவா?

9. ஒரு தலைமுறையின் விதி

நள்ளிரவின் குளிர்ந்த காற்று அடிக்கத் தொடங்கி விட்டது. நகரம் அமைதியாக உறங்கிக் கொண்டிருக்கிறது. பாதி வெளிச்சத்திலும் பாதி

இருளிலும் மூழ்கிய வீதியில் பழைய கால நினைவுகள் போல நிழல்கள் அசைந்து கொண்டிருந்தன. இது கனவோ இல்லை உண்மையோ என்று சந்தேகமாய் இருந்தது திருமதி நாயருக்கு. அவர் கண்களைக் கசக்கி விட்டுப் பார்த்தார். வடக்கே அடிவானத்தின் கீழ்ச் சரிவில் துருவ நட்சத்திரம் அசையாமல் நிற்கிறது. கண்ணைச் சிமிட்டக்கூட இல்லை. இதற்கு ஒரு போதும் சலனமில்லையா? இட மாற்றம் இல்லையா? அல்லது இந்த மாற்றமின்மையினால் தானோ, துருவனை, மக்கள் வழிகாட்டியாய்க் கருதுகின்றனர்.

கங்கைக் கரையில் யாரோ யோகி ஒருவர் கீதையைப் படித்து, சீடர்களுக்கு உபதேசித்துக் கொண்டிருக்கிறார்.

''துக்கேஷ்வனுத்விக்னமனா
ஸுகேஷ் வகதஸ்ப்ருஹா
வீதராகபயக்ரோத
ஸ்திததீர்ம்முனிருச்சியதே...''

''துன்பத்தைக் கண்டு துவண்டு போகாதவனாகவும், சுக வாழ்வில் ஆசை இல்லாதவனாகவும், காமக் குரோதங்கள் அற்றவனாக வும் உள்ள யோகியைச் சலமனற்ற ஞானி என்று சொல்வர். அவன் எதிர் காலத்தில் ஜீவன் முக்தனாவான்?''

உண்ணியண்ணன் அன்றே இப்படி ஒரு சலனமற்ற ஞானியாக இருந்தாரோ என்பது எனக்கு உறுதியாகத் தெரியாது. ஆனால், அவர் துருவ நட்சத்திரத்தைப் போல ஒளியுள்ளவராகவும், அசைவற்றவராக வும் இருந்தார். இப்படி ஒரு கணவனை அடைந்ததுதான் அண்ணி யுடைய அதிர்ஷ்டமும் துரதிர்ஷ்டமும். அவரால் உண்ணியண்ணனைப் புரிந்து கொள்ள முடியவில்லை. யாராலும் புரிந்து கொள்ள முடிய வில்லை. சிறு வயது முதல் உண்ணியண்ணனோடேயே இருந்த எனக்குக் கூடச் சில சமயங்களில் உண்ணியண்ணன் போக்குச் சற்றும் பிடிபடவில்லைதான். அன்று புத்தக அறையின் மூலையில் குத்து விளக்கின் முன்பு சம்மணமிட்டு அமர்ந்து மகாபாரதம் வாசிக்கும் அண்ணனின் பின்னே சென்று பேசாமல் நின்ற போதும் தோன்றியது இந்த வெறுமைதான்.

ஆரண்ய பர்வத்தில் திரௌபதி - யுதிஷ்டிரனின் உரையாடலைத் தான் அப்போது அண்ணன் வாசித்தார் என்று நினைக்கிறேன். சூதாட்டத் தில் தோற்று, எல்லாவற்றையும் இழந்து அவமானப்பட்டவராய்க் காட்டில் அலையும் போது தரும புத்திரரிடம் திரௌபதி கேட்டாள்:

''தருமம் என்று சொல்லிக் கொண்டு, தாங்கள் நமக்கு உரிமை உள்ள நாட்டையும் செல்வங்களையும் விட்டு விட்டு வந்து விட்டீர்கள். தருமத்திற்காகத் தாங்கள் துன்பப்படுவதோடு எங்களையெல்லாம்

துன்பப்பட வைக்கிறீர்கள். தருமத்தைக் கடைப்பிடிக்கத் தாங்கள் உயிரைக் கூட விடுவீர்கள். இப்படியெல்லாம் சிரமப்பட்டுக் கடைப் பிடித்து வரும் தருமம் தங்களுக்குத் தந்தது என்ன? தரும புத்திரரைக் காப்பாற்றாத தருமம் எதற்கு என்று சொல்லுங்கள்.''

அண்ணனைப் பற்றி அண்ணி சொல்வதைப் போல, சிறிது கோபத்தோடும் தயக்கத்தோடும் தான் பாஞ்சாலி இந்தக் குற்றச்சாட்டை முன்வைத்தாள். யுதிஷ்டிரனின் பதிலை, ஆணித்தரமாக அண்ணன் வாசித்தார்:

''தருமத்தைக் கடைப்பிடிப்பது தருமத்தின்
பலனை நினைத்தல்ல சுந்தரி!
சாஸ்திரம் தவறா திருக்கவும்
ஆசாரங்களை அனுசரித் திருக்கவும்தான்;
கிருஷ்ணையே! தருமத்தில் என் சித்தம்!
நிலைத்த இயல்புடையதாம்
தருமத்தை வியாபாரமாக்குவோன்
அறவழி நிற்போரின் நிந்தனைக்குரியவனாம்.''

அண்ணியின் கேள்விக்கு அண்ணன் சொல்லும் பதிலும் இதுவாகவே இருக்கலாம். புராணக் காலத்து, தரும காரியங்களில் ஈடுபட்டிருந்த அந்த இளைஞனைப் பார்த்துக் கொண்டிருந்த போது, முன்பொரு சமயம் அண்ணி சொல்லியிருந்த ஒரு கதை அவள் நினைவுக்கு வந்தது: மூன்று நான்கு வருடங்களுக்கு முன் நடந்த நிகழ்ச்சி. கல்யாணம் முடிந்து முதன்முதலில் வந்த திருவாதிரை நோன்புக் காலம் மானம்பள்ளி மனையின் அந்தஸ்துக்கும் நிலைக்கும் தக்கபடி எல்லா ஏற்பாடும் செய்யப்பட்டு இருந்தன. நிறைய விருந்தினர் வருவார்கள். விளையாடல், குளித்தல், விருந்துண்ணல் எல்லாம் சிறப்பாக நடத்த வேண்டும். பாட்டிக்கும் பைத்தியக்காரச் சித்திக்கும் கூட அதில் ஆர்வம் இருந்தது. தன்னுடைய திருமணத்தோடு சம்பந்தமுள்ள இந்த விழாவில் தலைவி என்ற நிலையில் அண்ணிக்கு அன்று எப்பேர்ப்பட்ட பெருமை! மகிழ்ச்சி! அதிகாலையில் குளத்திற்குப் போய் குளித்து நீந்திக் கொண்டு அவர் பாடுவார்:

''மார்கழி மாதத்தில் திருவாதிரை
பகவானுடைய திருநாளாம்...
ஆட வேண்டும்; பாட வேண்டும்
ஆசையாய்த் துள்ளிக் குளிக்க வேண்டும்.''

நீராடலை முடித்து, சிவந்த மேனியோடு மேடேறி, புதிய கரை வைத்த புடவையை மடிப்புடன் உடுத்தி, கண்களுக்கு மை தீட்டி, கருக மணி மாலை அணிந்து, சந்தனப் பொட்டிட்டு நிற்கின்ற அண்ணியைக்

கண்டதும் தனக்குக் கூட முத்தமிட வேண்டும் என்று தோன்றிய கதையைப் புன்சிரிப்புடன் திருமதி நாயர் நினைத்துப் பார்த்தார். காமனையும் சிவபெருமானையும் வெற்றி கொண்ட பார்வதியைப் போல் நூற்றியொரு கொழுந்து வெற்றிலையை எடுத்துக் கொண்டு அண்ணி அண்ணனைத் தேடிப் போனார். வெற்று மார்பில் தாலிச் சங்கிலி அசைந்து கொண்டிருந்தது. முடிக் கொத்திருந்து விஷ்ணு கிரந்தி மலர் உதிர்ந்து கொண்டிருந்தது.

திருவாதிரை விழாவில் முக்கியச் சடங்கு, தேவிக்குப் படைத்த வெற்றிலையைத் தன் கைகளாலேயே மடித்து கணவனுக்குக் கொடுக்க வேண்டும் என்பதாகும். வழிபாட்டறையில் *(பூஜையறையில்)* அப் போது அண்ணன் தனியாகத்தான் இருந்தார் என்று அண்ணி சொன்னார். அவர் வெட்கத்தோடு கூப்பிட்டார்.

''வழிபாடு முடிந்த பின் கொஞ்சம் இங்கு வந்திட்டுப் போங்க. ஒரு விஷயம் சொல்ல வேண்டும்!''

ஓம குண்டத்தில் புகையை விசிறிக் கொண்டு அண்ணன் சொன் னார்:

''ஒரு நிமிஷம் இரு. கணபதி ஹோமம் இதோ முடிந்து விடும்; இனி மந்திரம் சொன்னால் போதும்.''

அண்ணன் திரும்பிப் பார்க்கவில்லை என்றாலும் அவருடைய இனிமையான குரல் அண்ணியைப் புல்லரிக்கச் செய்தது என்றார். வழி பாடு முடிந்து எழுந்த பின் அவருக்கு வெற்றிலை கொடுக்க வேண்டும். பிறகு சொல்ல வேண்டும்: ''மாடிக்குக் கொஞ்சம் வாங்க. இந்த நூத்தியொரு வெற்றிலையையும் இந்த ஒரே நாளில் நாம் இருவரும் சேர்ந்து மென்று தீர்க்க வேண்டும். இந்த வெற்றிலை மட்டுமல்ல, இந்த வாழ்க்கை முழுதும் நாம் ஒன்றாக அனுபவிப்பதற்குத்தானே!'' அவர் அப்போது என் கன்னத்தை நிமிட்டிச் *(லேசாகக் கிள்ளி)* சிரிப்பார். பிறகு... இப்படி... இதமான பல மனக் கோட்டைகளில் மூழ்கிக் கொண்டிருக்கும் போதுதான் வெளியிலிருந்து அம்மாவின் உரத்த குரல் கேட்டது.

''உண்ணி, இங்க கொஞ்சம் வா. பூஜை முடிந்திட்டது என்றால், காலைச் சிற்றுண்டியை முடித்துக் கொண்டு கச்சேரி மாளிகைக்குப் போகணும். அப்பன் கூப்பிடுவதாகத் தங்கம் வந்து சொன்னாள்...''

அன்று தங்கத்தைக் கொன்று விடும் அளவுக்குக் கோபம் வந்தது என்று அண்ணி பிறகு ஒரு நாள் கூறினார். அண்ணன் எழுந்து ஒரு சடங்கு நடத்துவதைப் போல வெற்றிலையை வாங்கிக் கொண்டார். எழுந்து தனது முகத்தைக் கூடப் பார்க்காமல் அங்கே சென்று விட்டார். அண்ணி

நின்ற நிலையிலேயே ரொம்ப நேரம் உறைந்து போய் நின்று விட்டார். இந்தக் கதையைச் சொல்லிக் கேட்ட காலத்தில் அதில் அடங்கியிருந்த சோகத்தினுடைய, நிராசையினுடைய ஆழத்தை முழுதும் புரிந்து கொள்ள முடியவில்லை. ஆனால், இன்று தருமத்தினுடைய பலிகடா வாய்த் தன் முன்னர் உட்கார்ந்திருக்கின்ற அந்த இளைஞரின் இனிமை ததும்பும் குரலைக் கேட்கும் போது மனது உடைந்து போகிறது.

''உண்ணியண்ணா...'' அவள் மெல்லக் கூப்பிட்டாள். அவர் திரும்பிப் பார்த்தார்.

''அடடே, தங்கம் வந்தாச்சா? எப்ப வந்தே?...''

''இதோ, இப்பத்தான் வந்தேன். குளிச்சேன்; இங்க வந்தேன். தம்பியண்ணன் சொல்லவில்லையா, வந்ததை?'' அண்ணன் சிறிது தயங்கினார்: ''தம்பியை நான் பார்க்கக்கூட முடியல. அவன் வந்த வேகத்தில் ஏதோ சிறிது சாப்பிட்டு விட்டு வெளியே போயிருக்கலாம். கொஞ்ச நாட்களாக நான் இந்தப் புத்தக அறையிலேயேதான் இருக்கி றேன். தங்கம், நீ வந்தது கூடத் தெரியவில்லை. ஒன்றும் தெரிவது இல்லை...''

''முன்பும் அண்ணனுக்கு ஒன்றும் தெரியவில்லையே'' என்று சொல்ல வேண்டும் போலிருந்தது. ஆனால், இப்படிச் சொன்னாள்:

''நான் வந்துள்ளதைத் தெரிந்து பிரசாதம் கொடுத்து அனுப்பு கின்ற ஆள் அங்கு இல்லாததினால் ஒரு வேளை உண்ணியண்ணனுக்குத் தெரியாமல் போயிருக்கலாம்.''

அண்ணன் ஒன்றும் பேசாமல் புத்தகத்தைப் புரட்டிக் கொண் டிருந்தார். அவள் நடுங்கிய குரலில் கேட்டாள்:

''என் அண்ணி எங்கே அண்ணா? அவுங்களை நீங்கள் எல்லோரும் சேர்ந்து ஒதுக்கி விட்டீர்களா? தள்ளி வைத்து விட்டீர்களா? இங்கு என்னவெல்லாமோ கேள்விப்படுகிறேன்....''

அண்ணன் மீண்டும் சிறிது நேரம் மௌனமாக இருந்தார். பிறகு எழுந்து அவள் முன்னால் நின்றார்.

''யாரும் யாரையும் ஒதுக்கி வைக்க முடியாது தங்கம். தெய்வம் இணைத்து வைத்ததை மனிதன் எப்படிப் பிரித்து வைக்க முடியும்? உன்னுடைய அண்ணியிடமும் இதை நான் சொல்வதுண்டு. பிராமண குலத்தில் பிறந்தவர்களுக்கு வாழ்க்கை என்பது ஒரு வேள்வி. தன் னுடைய நலத்தை விட மற்றவர்களின் சுகத்தைத்தான் ஏற்றுக் கொள்ள வேண்டும். நான் பிராமணனாகப் பிறந்து விட்டேன். என் மனைவியாக அவளும் வந்தாள். ஆனால், எங்களுக்குள் தருமத்தைப் பற்றி எப் போதும் கருத்து வேறுபாடு இருந்தது.''

''தருமம்...'' அவள் வெடித்துச் சிறதினாள். ''வார்த்தைக்கு வார்த்தை இந்த தருமத்தைப் பற்றிச் சொல்வது எதற்கு அண்ணா? காலத்தை அனுசரிக்காத தருமம் அதன் வழியிலேயே போகட்டும். பெற்ற தாயைக் கொல் என்றால், பரசுராமனைப் போல் அண்ணன் அதையும் செய்வீர்களா?''

உண்ணியண்ணன் மௌனமாக அவளை ஊடுருவிப் பார்த்தார்: ''காலம் மாறுவது எனக்குத் தெரியும் தங்கம்! ஆனால், தெரியாதவர்கள் சிலரும் இருப்பதை மறக்கக் கூடாது. நீ உன் தந்தையைக் குறித்து எப்போதாவது நினைத்துப் பார்த்ததுண்டா? எத்தனை துயரமுற்றவர் நம் அப்பன்! எத்தனை தூய்மையானவர் - களங்கமற்றவர்! சரியோ, தவறோ தான் பிடித்ததை ஜெயித்துக் காட்டுவேன் என்ற பிடிவாதம் அவருக்கு உண்டு. அந்தப் பிடிவாதம் தகர்ந்தால் தாமும் தகர்வார். வாழ்க்கையில் முதல் முறையாக அவர் தோல்வியுற்றது உன் முன்னால்தான் - அல்ல. என் முன்னால். ஆனால், அதோடு அந்த இதயம் தளர்ந்து போயிற்று. இனி தேதிக்குட்டியின் விஷயத்திலும் அப்பனைத் தோற்கடித்தால் அவர் உயிரோடு இருக்க மாட்டார் தங்கம். அந்தப் பாவத்தை யார் சுமப்பது?''

தங்கம் வாயடைத்து நின்று விட்டாள். சத்தியத்தின் குரூரமான முகம் அவளின் முன் திரை நீக்கி வைக்கப்பட்டது. ஒரு புறம் உறுதி மிக்கவரும், விட்டுக் கொடுக்காதவரும், தோற்று விட்டவருமான தன்னுடைய அப்பாவின் உருக்குப் போன்ற முகம். மறு புறம் ஆதர வற்றவரும், புத்திசாலியும், பரிசுத்தமானவருமான ஓர் இளம் மங்கை யின் பெருமூச்செறியும் வேதனை முகம். இவைகளுக்கு இடையில் சிக்கி நொறுங்கும் தன்னுடையதும் அண்ணனுடையதுமான ஆதரவற்ற முகங்களும் தோன்றுகின்றன. இதில் யார் பக்கம் சேர்வது? யாரை ஒதுக்குவது?

தங்கத்தின் அந்தரங்கத்தில் இருக்கும் பரிவு மிக்க மனிதத்துவம் விழித்துக் கொண்டு தேம்பியது.

''ஈசுவரா! இதுதானோ இந்தத் தலைமுறையின் விதி?... இதுதானோ எங்களுக்குக் கிடைத்த சாபம்? இந்த தர்ம சங்கடத்தில் இருந்து கரையேற வேறு வழியில்லையா?'' அவள் கேட்டாள்: ''அண்ணி பிராயச்சித்தம் செய்தால் அப்பா சம்மதிப்பதாக அல்லவா சொல்கிறார்? அப்படியானால் அதைக் குறித்து ஆலோசியுங்கள் அண்ணா. அண்ணன் ஒரு முறை அங்கு சென்று வாருங்களேன். அப்பா வின் பிடிவாதம் மெல்ல மாறி விடும்.''

உண்ணியண்ணன் கம்பீரமாகச் சொன்னார்:

''அது சும்மா தங்கம். அப்பா சம்மதித்தாலும் அவள் சம்மதிப் பாள் என்று எனக்குத் தோன்றவில்லை. புதுசேரி, குட்டன் வளர்த்திய பெண்ணுக்கு மானம்பள்ளி அப்பன் நம்பூதிரியுடைய மருமகளாக வாழ முடியாது. அதுமட்டுமல்ல. இல்லத்தின் சந்ததி பற்றிய காரியத்தையும் பார்க்க வேண்டும் என்பதும் அப்பனின் வாதம்... அதனால்...''

''அதனால்?'' அவள் கேட்டாள்: ''இல்லத்தினுடைய சந்ததி அண்ணியில்லாமல் ஏற்பட முடியாது அல்லவா? இது அண்ணனுக்குத் தெரியாதா?''

அண்ணன் பொறுமை இழந்தவராய்க் கைகளைப் பிசைந்து கொண்டு சொன்னார்:

''எனக்குத் தெரியும். அப்பாவுக்குத் தெரியாது; அதனால்தான் அப்படிச் சொன்னார். தேதிக்குட்டியைத் திருமணம் செய்து வருடம் மூன்று நான்கு ஓடி விட்டது. இதுவரை அவள் குழந்தை பெறவில்லை. இப்போது இல்லத்தை விட்டுப் போகவும் செய்திருக்கிறாள். இனி வேறு திருமணம் செய்து கொள்ளலாமே என்றிருக்கலாம் அப்பாவின் அபிப்பிராயம்.''

திடீரென கன்னத்தில் அறைந்தது போலிருந்தது தங்கத்திற்கு. அவள் கேட்டாள்:

''அதற்கு அண்ணன் சம்மதித்து விட்டீர்களா?''

''இல்லை தங்கச்சி இல்லை, நான் இல்லாமல் தேதிக்குட்டிக்கு வாழ்க்கை இருக்கலாம். ஆனால், அவள் இல்லாமல் எனக்கு வாழ்க்கை இல்லை. மானம்பள்ளி உண்ணி நம்பூதிரி பழமைவாதியும், முட்டா ளும், மந்த புத்திக்காரனுமாக இருக்கலாம். ஆனால், அவன் அக்னி சாட்சியாக மணமுடித்த மனைவியை ஒதுக்கும் அளவுக்குக் குரூரமான வன் அல்ல என்பதை அவளுக்குத் தெரிவித்து விடு. அன்பு செலுத்துப வருக்காக என்றென்றும் காத்திருக்க அவளுக்குத் தெரியும் என்பதையும் ....''

இவ்வளவும் வேகமாகச் சொல்லி விட்டு பூசை அறைக்குப் போகும் இடை நாழிக்குள் அவர் இறங்கி நடந்து போனார். பிறகு, தங்கம் அங்கு நிற்கவில்லை. இதயம் நிரம்பக் கோபத்தோடுதான் அங்கே போனாள்; ஆனால், இதயம் நிறைந்த வேதனையோடு திரும்பி னாள். என்னுடைய அண்ணன் சற்றே துஷ்டனாக இருந்திருந்தால் - சுய நலமியாக இருந்திருந்தால் - செருக்குக் கொண்டவனாகவோ இருந் திருந்தால் - என்று அவள் ஆசைப்பட்டுப் போனாள். அவ்வாறு இருந் தால் தனக்கே அண்ணிக்கோ இந்த நிலை வந்திருக்காது. இப்படி நூறு விதமான சோகங்கள் நிறைந்த மனதோடு தலைகுனிந்து இல்லத்தில் வடக்குப் புறமாகத் திரும்பும் போது அண்ணாவின் அம்மா பாட்டி யோடு சொல்லிக் கொண்டிருந்ததைக் கேட்டாள்:

''பெரிய்ய நேத்தியாரம்மா என்று சொல்லி உடம்பை நெளிச்சு நடந்துக்கிட்டிருந்தாள். இப்போ பார் செல்லமா வளர்த்த மகள் கண்ட கண்ட துலுக்கச்சிகளோடு சேர்ந்து, ரவிக்கை போட்டு, சேலையும் சுற்றிக் கொண்டு கோயிலுக்குப் போகாமலும், சந்தனக் குறி இடாம லும், நடப்பதை! நம்ம மருமகளையும் கூட இப்படியாக்கணும்னு அவ மகளோட ஆசை. நம்ம உண்ணியானதால் ஒண்ணும் நடக்கலை... தறவாட்டின் அதிர்ஷ்டம்... தறவாட்டின் அதிர்ஷ்டம்!''

பாட்டி சொன்னாள்: ''இதைக் கேளும்மா. இந்த பிராமணியம், பிராமணியம்ங்கிறது அக்கினியாக்கும்... அக்கினி. சும்மா திருடித் தின்ன நெனச்சா யாரும் வாழ முடியாது. நகையாகவும் பணமாகவும் நிலமாகவும் எத்தனை சொத்துக்கள் நாயர் வீட்டுக்குக் கடத்தி இருக் கிறார்கள்! எல்லாம் தீப்பிடிச்சுப் போகும்... தீப்பிடிச்சு...!''

தன் அம்மாவைத்தான் வசை பாடுகிறார். கேட்காதது போல் நடித்துக் கொண்டு நடந்தாள். அப்பன் நம்பூதிரி மனைவியையும் மகளையும் காப்பாற்றி வருவதை இவர்களால் துளியும் சகிக்க முடிய வில்லை. ஆமாம், சொந்த மகன் தன் மனைவியைப் பார்ப்பதைக் கூடப் பொறுக்காதவர்கள் அல்லவா இவர்கள். மானம்பள்ளி இல்லத்தில் மேற்குப் புற மாளிகையை அவள் திரும்பிப் பார்த்தாள்... நீண்ட நாட்க ளாகப் புகைந்து கொண்டிருக்கும் அதிருப்தியின் அக்கினி நாக்குகள் அங்கு கொழுந்து விடத் தொடங்கி விட்டதோ?

வாசற்புறத்தில் ஆல மர நிழலில் தம்பியண்ணனைப் பார்த்தாள். அவர் கேட்டார்:

''தங்கம், அண்ணனைப் பார்த்து விட்டு வருகிறாயா?''

''ஆமாம்.''

''அப்புறம் என்ன நடந்தது?''

''இனி என்ன நடக்க இருக்கிறது? எல்லாம் முடிந்து விட்டது அல்லவா?''

''இல்லை தங்கம். எல்லாம் இனிமேல்தான் வரப் போகிறது. நான் இதற்கிடையில் பி.கே.பி.யைப் பார்த்தேன் அவர் சொன்னார்: ''எரிமலை வெடிக்கத் தயாராகி விட்டது. காத்திருங்கள். பார்க்காததை எல்லாம் பார்க்கலாம். கேட்காததையெல்லாம் கேட்கலாம்.''

இவ்வளவும் சொல்லி விட்டுத் தம்பி வேகத்தில் போய் விட்டார். தங்கம் விழித்துக் கொண்டு நின்றாள். தம்பியண்ணன் சொற்களுக்கு முழு அர்த்தம் புரிந்தது. ஏறக்குறைய ஆறு மாதம் கழித்துத் தான் என்பதை அவர் நினைவு கூர்ந்தார். அப்போது அவள் கல்லூரி விடுதி யில் இருந்தாள். அதிகாலையில் செய்தித் தாள் வந்ததும், வரவேற்பு

ஒரு தலைமுறையின் விதி 61

அறையில் சிரிப்பும் ஆரவாரமும் கேட்டன. சிலர் சொல்லிக் கொண்டு இருந்தார்கள்.

''இவள் ஒரு நம்பூதிரிப் பெண்தானா? என்னால் நம்ப முடிய வில்லை. குடை பிடித்துப் போர்த்துக் கொண்டு, குனிந்து செல்கின்ற வர்களில் ஒருத்திக்கு இத்தனை தைரியம் வந்து விட்டதா?''

மற்றொருத்தி சொன்னாள்: ''அவங்களுக்குத்தான் இத்தனை தைரியம் வரும். ஏனென்றால், அவங்க அளவுக்கு மீறிப் பொறுமை யுடன் இருந்தவங்கள். எரிமலை தானே வெடித்துச் சிதற முடியும்!''

எரிமலை பற்றிய இந்த உவமை பி.கே.பி.யுடையது அல்லவா என்று நினைத்து அவள் திடுக்கிட்டாள். தம்பியண்ணன் சொன்னது அல்லவா அது?

தங்கம் வரவேற்பறைக்கு விரைந்தாள்.

அன்றைய செய்தித் தாளைப் பிடித்துக் கொண்டு தோழி ஒருத்தி சொன்னாள்: ''இதோ பார்த்தாயா தங்கம். மறைப்பைப் புறக்கணித்து விட்டு ஒரு நம்பூதிரி மங்கை வெளியேறி இருக்கிறாள் பார். அவள் சொற்பொழிவு செய்யும் புகைப்படம்தான் இது. பார், நம்ப முடி கிறதா?''

தங்கம் பார்த்தாள்; உணர்ந்தாள். ''இருட்டிலிருந்து வெளிச்சத் திற்கு'' என்ற தலைப்பின் கீழ் ஒரு படம். நாகரிகப் பாணியில் சேலை யும் ஜாக்கெட்டும் அணிந்து தலை நிமிர்ந்து பிளாட்பாரத்தில் நிற்கின்ற அந்த யுவதியுடைய முகத்தில் யாருடைய சாயல்? அந்தக் கண்கள்.. நிற்கும் தோரணை... ஓ என்னுடைய அண்ணி!... இது நீங்கள்தானா? உங்களுக்குள் ஓர் எரிமலை இருந்ததா? அது வெடித்துச் சிதறிய போது தெறித்த ஒளிப் பொறிகள் விழுந்து சுற்றுப்புறமெல்லாம் கொப்ப ளித்துப் போகிறதே! அந்தப் படத்தைப் பார்த்துக் கொண்டிருந்த போதே, தங்கத்தின் கண்களில் கண்ணீர் நிறைந்து விட்டது. பாதி பெரு மிதமும், பாதி துக்கமும் கலந்த, கண்ணீர் உருக்கிய மெழுகுத் திரியைப் போல சூடும் பிரகாசமும் இந்தப் பார்வையில் ஜொலிக்கின்றன. நிமிர்ந்த தலையும் உரத்த குரலும் படைத்த தேவகி மானம்பள்ளி அன்று சொற்பொழிவு செய்தாராம்:

''ஒரு ஜாதி, ஒரு மதம், ஒரு சமுதாயம் சேர்ந்தவளல்ல நான். நூற்றாண்டுகளாக அடக்கி வைக்கப்பட்ட பெண் குலம் முழுவதின் பிரதிநிதி. முகத் திரையை விலக்கி முன்னால் நிற்கின்ற இந்தச் சத்தி யத்தைப் பார்த்த நீங்கள் சபிக்கலாம் அல்லது ஆசீர்வதிக்கவும் செய்ய லாம். ஆனால், எங்களுக்கே உரியதான இந்தத் துக்கத்தின் சுமை உங்க ளுடைய சிருஷ்டி என்பதை மறந்து விடாதீர்கள்.''

''எங்களுடையதான இந்தத் துயரத்தின் சுமை...'' தங்கம் மெல்லச் சொன்னாள்: ''என் அண்ணியுடைய, எங்கள் அன்னையர்கள்,

பாட்டிமார்களுடைய நெடுங்காலச் சாபமாக இந்தப் பாரத்தின் சுமை. இதை அடுத்த தலைமுறையில் தலையில் இருந்து இறக்கி வைக்க வாவது எங்களால் முடியுமா?''

பெருகும் மனக் குமுறலுடன் திருமதி நாயர் தேம்பினார்;

''குழந்தைகளே, எங்களுக்கு மன்னிப்புத் தாருங்கள். நாங்கள் சுமந்து கொண்டிருந்த சிலுவை உங்கள் தோள்களில் விழாமல் இருக்கட் டும். தேவிபகன், சுமித்ரானந்தா, திருமதி நாயர் - எல்லாருடைய பிரார்த்தனையும் இதுதான்...''

10. ஆசீர்வாதங்கள்

முந்தி முந்தி எப்போதோ ஒரு நாள் நள்ளிரவில் செங்க நாட்டுக் கோயிலில் தீப்பிடித்து விட்டதாம். உண்ணியண்ணன் சொல்லிக் கேட்ட கதை இது. ஒரு திருவிழா முடிந்து, குப்பையும் கூளமுமாய்க் கிடந்த கோபுர வாசலில் அவர்கள் மூவரும் விளையாடிக் கொண்டிருந்தார்கள் — அவள், உண்ணியண்ணன், தம்பியண்ணன். அவளுக்கு அப்போது ஆறு அல்லது ஏழு வயது இருக்கும். ஆலிலைச் சருகுகளும், யானை லத்தியும், தாம்பூலச் சக்கையும் குழம்பிக் கிடந்த அந்தச் சூழலில் தம்பியண்ணனுக்கு ஒரு பட்டாசு கிடைத்தது. மடைப்பள்ளியிலிருந்து தீயைப் பற்ற வைத்துக் கொண்டு வந்த அதை வெடிக்க வைக்கலாம் என்று யோசனை. அப்போது உண்ணியண்ணன் சொன்னார்:

''வேண்டாண்டா தம்பி! வேண்டாம். நெருப்போடு விளையாடா தீங்க. அதன் சின்னப் பொறி பட்டு இந்தச் சருகுகளில் பற்றிக் கொண் டாலோ?''

''எரியட்டுமே அவ்வளவும் சுத்தமாகி விடுமல்லவா...'' என்றார் தம்பியண்ணன்.

''சருகுகளில் பற்றிய தீ பரவிக் கோயிலும் எரிந்து விட்டாலோ?... பிறகு இல்லத்திலும் தீப்பிடிக்கும். எல்லாம் எரிந்து நாசமாகி விடும். முந்தி ஒரு தடவை இதுபோல் ஆகி இருக்கிறதாம்.''

இவ்வளவும் சொல்லி விட்டு உண்ணியண்ணன் அந்தப் பழைய கதையைச் சொன்னார். உண்ணியண்ணனின் தத்தாவிற்குத் தாத்தா காலத் தில் நடந்ததாம். அன்று கோயிலுக்குச் செம்பினால் ஓடு வேயப்பட் டிருக்கவில்லை; ஓலைதான். காசிக்குப் போய் வந்த பெரிய தாத்தாவின் குடை நிழலில் குடிவந்த தேவன்தான் செங்க நாட்டப்பன். கூப்பிட்ட குரலைத் தெரிந்து கொள்வான். இங்கே நடத்திய பிரார்த்தனைகளால்

ஆசீர்வாதங்கள் 63

மானம்பள்ளி மனைக்கு இத்தனை ஐசுவரியங்கள் வந்தன. வாயிற்படியில் நம் விளக்கு அணைந்தால் தெய்வங்கள் விளக்கேற்றும். அப்படிப் பட்ட கோயிலில் ஒரு நள்ளிரவில் கர்ப்பக் கிரகத்தின் மேல் வெளிச்சம் தெரிந்தது. காவலாளிகள் முதலில் அது தேவதைகளின் ஒளி என்று நினைத்தனர். பிறகு தீ கொழுந்து விட்டு எரிவதையும் வெப்பம் பரவுவதையும் அறிந்த போது கூக்குரலிட்டனர்:

''செங்க நாட்டுக் கோயிலில் தீப்பிடித்து விட்டது...! ஓடி வாருங்களேன்!...'' ஊர் மக்கள் எல்லோரும் கூடி விட்டனர். தாத்தாவும் போனார். கர்ப்பக் கிரகத்தைச் சுற்றிலும் செந்தீ சுழன்று எரிகின்றது. அதற்கிடையில் செங்க நாட்டப்பனின் திருவுருவம் தெரிகிறது. பாதிப் பகுதி ஆழமாக அஷ்ட பந்தனம் செய்து வைக்கப்பட்டுள்ள கருங்கல் சிலை அது. எப்படி சிலையைப் பாதுகாப்பது? அதற்கு யார் தயாராக உள்ளனர்? சீறிப் பாயும் காற்றில் பட்டியல் துண்டுகள் வெடித்துச் சிதறிக் கொண்டிருந்தன. தாத்தா ஒரு நிமிடம் பார்த்துக் கொண்டிருந்தார். பிறகு குளத்திற்கு ஓடினார். முங்கி எழுந்து ஈரத்தோடு ஓடி வந்தார். அந்த நெருப்புக் குண்டத்திற்குள் குதித்தார். ஜொலிக்கின்ற திருவுருவத்தைப் பிடுங்கி எடுத்து இல்லத்தின் பூசை அறைக்குக் கொண்டு போனார். விக்கிரகத்தை அங்கு வைத்தார். அப்படியே பின்னால் சாய்ந்து விட்டார். எப்படிக் கிடைத்தது தாத்தாவுக்கு இந்தச் சக்தி யார் கொடுத்தது? செங்க நாட்டப்பன் அல்லாமல்?...''

அதற்குப் பிறகுதான் கோயில் புதுப்பிக்கப்பட்டது. பழைய பட்டியல்களை நீக்கிச் செம்புத் தகடு அடிக்கப்பட்டது. செங்க நாட்டப்பனுக்குச் சக்தி கூடியது இல்லத்திற்கும் மேன்மை உண்டாயிற்று...'' கதை கேட்டவுடன் தம்பியண்ணன் கேட்டார்:

''அப்படியானால் மறுபடியும் எரிந்தால் மீண்டும் புதுப்பிப்பார்கள். மேலும் மேன்மை உண்டாகும். அதனால் எரியட்டும்!''

''ஆனால், தாத்தா இப்போது இல்லை அல்லவா!'' என்றார் உண்ணியண்ணன். அதுபோல ஒரு தாத்தா இனி வருவாரா? தெய்வத்தைக் காக்கத் தன்னையே அர்ப்பணிக்கின்ற ஒரு மனிதர்.

மனிதனுக்காகத்தான் தெய்வம் என்னும் புதிய தர்க்கங்கள் ஏதும் அன்று தம்பியண்ணன் முன்வைத்ததாய் அவருக்கு நினைவில்லை. ஆனால், அந்தப் பட்டாசை அன்று அங்கு வெடிக்கத்தான் செய்தார். அதன் திடுக்கிடச் செய்யும் சத்தத்தைக் கேட்டு ஆல மரத்தில் தொங்கிக் கொண்டிருந்த வௌவாலும், காகமும் துணுக்குற்றுப் பறந்து ஒலி எழுப்பியது மட்டும் இன்னும் நினைவில் இருக்கிறது.

இன்று 'தேவகி மானம்பள்ளி' தூக்கி எறிந்த இந்தப் பட்டாசு எந்தத் திருக்கோயிலின் மேல் போய் விழுந்திருக்கின்றது? அந்த தெய்வத்தைக் காப்பாற்ற முடியுமா? அதற்கான சக்தியுள்ளவர்

உண்டோ? என்றெல்லாம் அவர் சிந்தித்துப் பார்த்தார். சிதைந்து கொண்டிருக்கும் சடங்குகளையும் நம்பிக்கைகளையும் ஒழித்தால் தான் அவ்விடத்தில், புதிதாக மற்றவற்றை உருவாக்க முடியும் என்பது அவருக்குத் தெரியும். அவற்றையும் பழமைப்படும் போது மாற்ற வேண்டி வரலாம். போன தலைமுறையில், புரட்சிக்காரர்களான அவர்களுக்குத் தெய்வம் என்பது சிற்சில குறியீடுகளாக இருந்தது. நாட்டின் விடுதலை ... தனி மனித சுதந்திரம், சமுதாய விடுதலை. இவற்றிற்கான தியாக பலிதான் வாழ்க்கை என்பது. தேதியண்ணி சொந்த வாழ்க்கையைப் பட்டாசாக மாற்றி சுற்றிலும் உள்ள குப்பைகளுக்குத் தீ மூட்டியதில் அவள் மகிழ்ச்சி அடைந்தாள். ஆனால், உண்ணியண்ணனோ? அந்தக் கருவறையில் பிரதிஷ்டையாகி விட்ட உண்ணியண்ணன்! முன்பு தாத்தா செய்ததைப் போல இஷ்ட தேவதையின் விக்கிரகத்தைத் தோளில் ஏற்றிப் பாதுகாப்பான இடத்தில் சேர்க்க அவரால் முடியுமா?'' நாயர் வீட்டில் தங்கம் கல்லூரிக்குப் போய் விட்ட புரட்சி நிகழ்ச்சியை மக்கள் மறந்து விட்டனர்; அதுபோலத் தம்பி நம்பூதிரி குடுமி களைந்ததையும் கூட. ஒரு நம்பூதிரி இளம்பெண் முகத்திரை நீக்கி வெளியே வந்த தீவிர சாகசத்திற்குப் பின்னே அதற்கு முன்பு நிகழ்ந்த எல்லாக் கட்டுப்பாட்டு மீறல் குற்றங்களும் நியாயப்படுத்தப்பட்டு விட்டன. திருமதி நாயர் எண்ணிப் பார்த்தார். மனிதர்களின் புகழ் எத்தனை வேகத்தில் ஏறுகிறது, இறங்குகிறது என்பதை. அக்காலத்தில் தேவகி மானம்பள்ளியின் படம் இல்லாத செய்தித் தாள்கள் இல்லை. அவர் பேசாத கூட்டங்கள் இல்லை. அவரைப் பார்க்கவும், வணங்கவும், பாராட்டவும் நெடுந்தூரம் நடந்தே சென்றவர்கள் உண்டு.

தங்கும் விடுதியில் தோழிகள் கேட்பதுண்டு: ''இன்று டவுன் ஹாலில் திருமதி மானம்பள்ளியுடைய சொற்பொழிவு இருக்கிறது. தங்கம் வரலியா?''

''இல்லை. எனக்குத் தலைவலி'' என்று சொல்லி அவள் தப்பித்துக் கொள்வாள். இந்தச் சூழ்நிலையில் அண்ணியின் முன்னால் போய் நிற்க அவளால் எப்படி முடியும்? அந்த அழுத விழிகள் ஒளி வீசிக் கொண்டிருக்கும். வெளிறிய கன்னங்கள் சிவந்திருக்கும். முன்னேற்றத்திற்கு எதிராக இருக்கும் எல்லாத் தடைகளையும் அடித்து நொறுக்கி, ஒரு புயலைப் போல் இயங்கும் இந்த தேவகி மானம்பள்ளி தனக்கு யார்?... தன்னுடைய பிரியத்துக்குரிய உண்ணியண்ணன் திருமணம் செய்து கொண்டு வந்த அபலையும் அடிமையுமான தேதி அண்ணியோ?... அல்ல, அல்ல, அல்ல'' என்று மனம் வேதனையோடு திரும்பத் திரும்பச் சொல்லிக் கொண்டிருந்தது. அவர் உண்ணியண்ணனுடையவர் அல்ல; சமுதாயத்திற்கு உரியவர்; நாட்டிற்கு உரியவர். தனி மனித நிலையில் இருந்து இயக்கமாக ஆகியிருக்கிறார் தேதியண்ணி.

தங்கத்திற்கு எதனாலோ சலிப்பு தோன்றியது. அந்தச் சமயம் விடுமுறை விடட போது ஊருக்குப் போகவில்லை. தம்பியண்ணன் வந்து கூப்பிட்ட போது சொன்னாள்; ''நிறைய படிக்க வேண்டும் அண்ணா; அங்கு வந்தால் முடியாது; ஒரே ஆரவாரமாக இருக்கும். தேர்வு முடிந்தபின் வருவதாக அப்பாவிடம் சொல்லுங்கள்...''

தம்பியண்ணன் இசைந்தார். ''ஆமாம் தங்கம்! இல்லத்தில் எல்லாம் தகராறாக இருக்கிறது. அப்பன் கண்ணில் பட்டவர்களையெல் லாம் திட்டுவதும், சண்டையிடுவதும், நியாயத்திற்காக பஞ்சாயத்து கூட்டுவதுமாக இருக்கிறார். பாட்டிகள் அண்ணியைச் சபிப்பதும், தூற்றுவதுமாகக் குழம்பி இருக்கின்றனர். அண்ணன் மட்டும் பூசை அறையை விட்டு வெளியில் வருவதே இல்லை. மறுமணத்திற்கு ஏற்பாடு செய்ய முற்பட்ட போது மட்டும் சொன்னார்: ''வேண்டாம். எனக்கு இனித் திருமணம் வேண்டாம் அப்பா! தம்பி இருக்கிறான் அல்லவா! இல்லத்தின் சந்ததியை நிலைநிறுத்த அவன் போதும்.''

இத்தனைக்கும் மேலே இன்னொன்றும் கூறினார்: ''வேண்டாம் தங்கம்! அதுவும் இப்போது வேண்டாம். அண்ணியைப் பற்றிய இந்தக் கலகம் கொஞ்சம் ஓயட்டும். பிறகு நடக்கட்டும் தங்கையினுடையது...''

மனிதனுடைய ஆசைகள் எவ்வளவு சீக்கிரம் உடைந்து நொறுங்கி விடுகின்றன என்பதைத் திருமதி நாயர் நினைத்துப் பார்த்தார். தங்கம் என்ற இளம்பெண் படித்துப் பெரிய ஆளாகி எம்.ஏ.யோ, எம்.எஸ்.சி.யோ எல்லாம் முடித்துப் பெரிய வேலையில் அமர வேண்டும் என உறுதி கொண்டிருந்தாள். தேவகி மானம்பள்ளி சமுதா யத்தை உயர்த்தி இயல்பானதாகவும் சுதந்திரமாகவும் மாற்ற முடியும் என்று கனவு கண்டிருந்தாள். பி.கே.பி. நம்பூதிரி என்ற புரட்சியாளன் அமைதியான, சமத்துவமான, உலகத்துக்காக உயிர்த் தியாகம் செய்ய வும் தயாராக இருந்தார். இவற்றுள் சில, சாதனையாகவும் செய்தன. ஆனால், வெடித்துச் சிதறும் காயின் மேல் ஓட்டுக்கு நேர்ந்தது போல அவர்களுடைய வாழ்வின் போக்கு என்னவாயிற்று? அன்று லட்சியங் களாக இருந்தது வாழ்க்கை. அவற்றிற்குக் கவர்ச்சியும் இருந்தது. நினைத்ததை எல்லாம் சாதித்தே தீருவோம் என்கிற பிடிவாதம். அது தான் வாழ்க்கையை முன்னோக்கிச் செலுத்தியது. அழும் கண்களும், மென்மையான குரலும், இரக்க நெஞ்சமும் படைத் தேதிக்குட்டி தேவகி மானம்பள்ளியாய்த் தொடர முடியாது. அவர் திரும்பி வருவார்; சொந்த வீட்டுக்கு; தன் கணவனின் இதயத்துக்குத் திரும்ப வருவார். மானம்பள்ளி இல்லத்திற்குள் மீண்டும் ஒரு 'குடி வைத்தல்' வைபவம் நடைபெறும். அவள் நினைத்தாள்; காலம் எல்லாவற்றையும் சாதக மாக்கிக் கொண்டு வருகிறது அல்லவா? இந்தத் தம்பதிகளைச் சேர்க்க வேண்டும்; இசைந்தவராய் மாற்ற வேண்டும்; உண்ணியண்ணனோடு

சொல்வேன்: "அண்ணா, தேர்வு முடிந்து வரும் போது நான் ஓரிடத் திற்குப் போவேன். திரும்பும் போது ஒருத்தர் கூட வருவார். பட்டு வேட்டி கட்டி, மேல் வஸ்திரம் அணிந்து மாப்பிள்ளைக் கோலத்தில் இன்னொரு தரம் கூட அலங்காரமாய் நில்லுங்களேன்!''

அண்ணிக்கு எழுதுவேன்: "தேவகி மானம்பள்ளி எனும் சமூக சேவகி அறியட்டும். தேதிக்குட்டிக் குஞ்சம்மா என்ற பெயருள்ள என் னுடைய அண்ணியை நீங்கள் பிடித்து வைத்திருப்பதாக அறிந்தேன். அவரை எனக்குத் திருப்பித் தர வேண்டும். தங்கம் இதோ வருகிறாள். முகூர்த்தப் பட்டணிந்து, முகத் திரை அணிந்து இன்னொரு முறை என்னுடன் வந்தே ஆக வேண்டும்.''

அண்ணனும் அண்ணியும் சேர்ந்திருக்கும் காட்சியைப் பற்றிக் கற்பனை செய்து அவள் மகிழ்ந்தாள்.

ஆனால், எல்லாம் கனவுகளாக முடிவுற்றதே; பகற் கனவுகளாகப் பொடித்துப் போனதல்லவா? தேர்வுக்கு இரண்டு நாள் முன்பு தம்பி யண்ணன் அவசரமாக வந்தார். மும்முரமாகப் படித்துக் கொண்டிருக் கும் அவளைக் கூப்பிட்டுச் சொன்னார்:

"தங்கம் பயப்பட வேண்டாம்... இதோ பார்... உடனே ஊருக்குப் போகணும். அப்பாவுக்குச் சுகமில்லை என்று தந்தி. கார் வந்திருக்கிறது. உடனே போகலாம்.''

தம்பியண்ணனின் குரல் அச்சமூட்டும் வண்ணம் இடறியது. அவள் ஒரு நிமிடம் ஸ்தம்பித்து நின்று விட்டாள். பிறகு அலறியபடி முன்னால் ஓடினாள். தலை வாராமல், முகம் கழுவாமல், கசங்கிய சேலையைக் கூட மாற்றாமல் காரில் ஏறி உட்கார்ந்தாள். கார் போய்க் கொண்டிருந்தது. எங்கே போகிறது? பூமியின் மறு கோடிக்கா?... பாதாளத்திற்கா?... அடிவானத்துக்கா?... ஓடியோடித் தளர்ந்து கடைசி யில் அப்பாவின் மடியில் போய் விழணும். அன்பு நிறைந்த நெஞ்சில் சாய வேண்டும். மன்னிப்புக் கேட்கணும்... இல்லை, அப்பா தன்னைத் தள்ளிவிட மாட்டார். தான் தீண்டத் தகாதவளல்ல. அப்பா பிராமணன் அல்ல. ஒரு ஜாதியும் தங்களைப் பிரிக்காது. படைத்தபடியே கடவுளான பிரம்மா முதல் சிறிய அணு வரை வியாபித்திருக்கின்ற தந்தை - பிள்ளை உறவின் திவ்யமான காந்தம் தங்களைச் சூழ்ந்து நிற்கின்றது.

அன்று பயணத்திடையிலும் அங்கே சென்ற பின்னும் நிகழ்ந்த வற்றைப் பிறர் சொல்லியதிலிருந்து நினைத்துப் பார்க்கிறார்.

அப்பன் நம்பூதிரி நோய்வாய்ப்பட்டது திடீரென்றுதான். குளப் படியில் கால் தடுக்கி விழுந்து விட்டார். நினைவிழந்து விட்டது. யாரோ தூக்கிக் கொண்டு வந்து மனையில் சேர்த்தனர். டாக்டரும், நாட்டு வைத்தியனும் உடனே வந்து விட்டனர். பூசையும் மந்திரமும் தொடங் கியது. தொலைதூர ஊர்களிலிருந்து தெரிந்தவர்கள் எல்லாம் வந்து கூடி

விட்டனராம். ஆனால், அவருக்குப் பேசும் சக்தி போய் விட்டது. அவர் பேசும் சக்தியை இழந்து விட்டார். இடையிடையே நினைவு வரும் போது அருகில் இருப்போரைப் பார்ப்பார். ஏதோ சொல்வதற்காய் உதடு களை அசைப்பார். ஆனால், அது என்னவென்று ஒரு முறை கூடச் சொல்ல முடியவில்லை.

நேத்தியாரம்மா கண்ணீருடன் டாக்டரிடம் நோய் விவரங்களைச் சொல்லிக் கொண்டிருந்தார்.

கொஞ்ச நாளாக அப்பா சோர்வாக இருந்தாராம். வழக்கம் போல் ஒரு வார்த்தை சொல்லி மறு வார்த்தையில் கடித்துக் குதறும் முன் கோபம் இல்லை. மனை பற்றிய காரியங்களில் கவனம் செலுத்துவது இல்லை. காரியஸ்தர் வந்து நச்சரிக்கும் போது சொல்வார்:

"உண்ணியிடம் கேட்டுக் கொள்ளுங்கள். அவனல்லவா இனி எல்லாம்?"

உண்ணி நம்பூதிரி வந்து கேட்டால் சொல்வார்:

"உண்ணி, என்னுடைய காலமெல்லாம் முடிஞ்சுதுன்னு நினைக்கிறேன். இனி எல்லாமே நீயே செய்து கொள்."

நேத்தியாரம்மாவிடம் கூட அதிகம் பேசுவதில்லை. கேட்ட போது ஒரு தடவை சொன்னார்:

"அம்மாளு, தங்கத்தையும் கூட்டிக் கொண்டு நாயர் வீட்டுக்குப் போய் விடுங்கள். உங்களுக்குத் தேவையானவற்றை நான் கொடுத்திருக் கிறேன். போதாததிற்குத் தங்கம் படிக்கிறாளே. மகளிடம் சொல்லு. இந்த அப்பா ஒரு முரடன். தன் சொந்த மகளைக் கொஞ்சியதுகூட இல்லை. எப்போதும் காரியவாதியாகத்தான் இருந்தான். ஆனால், தங்கம் எனக்கு எல்லாமாக இருந்தாள். அம்மாள், எல்லாமாக இருந் தாள்! அவளுக்கு நல்லதெல்லாம் நடக்கும்!..."

நேத்தியாரம்மா அழுதார். அப்பன் நம்பூதிரியிடமிருந்து இத் தகைய வார்த்தைகளை ஒரு போதும் கேட்டதில்லை. அவர் வலிமை மிக்கவராய் இருந்தார். மனதாலும், உடலாலும் உறுதியுள்ளவராய் இருந்தார். அந்தக் கம்பீரமான குரலைக் கேட்டால் சுற்றுப் புறமெல் லாம் நடுங்கும். ஆனால், புதிய தலைமுறையின் இளைஞர்களோடு தான் தோற்றுப் போகிறோமோ என்று நினைத்ததும் மனம் தளர்ந்து போனார். தேதிக்குட்டியைப் பற்றிய செய்திகளைப் பலரும் சொல்லக் கேட்டிருக்கிறார். அவரைத் தள்ளி வைக்க முயன்றது சரியாய் அமைய வில்லை. உண்ணிக்கு இன்னொரு திருமணத்தை நடத்த முயன்று அதுவும் முடியவில்லை. அதற்கிடையில் சில குத்தகைக்காரர்களின் வழக்குகளில் அவர் தோற்று விட்டார். இவை எல்லாவற்றையும் விட, செங்க நாட்டுக் கோயிலுக்குள் தாழ்த்தப்பட்டவர் நுழைய வேண்டும் எனத் தம்பியின் தலைமையில் சிலர் முயற்சியும் செய்தனர்.

இடையிடையே தலைச் சுற்றலும் இருந்ததாம். நேத்தியாரம்மா கெஞ்சினார்:

''கொஞ்சம் வைத்தியனிடம் காட்டுங்கள், இல்லையென்றால் நகரத்தில் பெரிய டாக்டர் இருக்கிறாரல்லவா? அங்கு போகலாம்...''

ஆனால், அவர் எதையும் கவனிக்கவில்லை. கடைசியில் கோயில் குளத்தின் கற்படியில் இருந்த ஆட்கள் தாங்கிப் பிடித்துக் கொண்டு வர நேர்ந்தது.

தங்கம் சென்ற போது அப்பன் நம்பூதிரி இல்லத்தில் வெளி வராந்தாவில் மரக் கட்டிலில் படுத்துக் கொண்டிருந்தார். உண்ணி யண்ணன் தலை மாட்டிலிருந்து கவனித்துக் கொண்டிருந்தார். வீட்டிற் குள்ளும் நாற்புறங்களிலும் வாசலிலும் உறவினர்களும், நண்பர்களும், குத்தகைக்காரர்களும் நிறைந்திருந்தனர். நேத்தியாரம்மா வீட்டின் ஒரு மூலையில் ஒதுங்கி உட்கார்ந்து, மூக்கைத் துடைத்துக் கொண்டிருந் ததைப் பார்த்ததும் தங்களுக்கும் அவ்விடத்தில் எத்தனை மதிப்பற்ற நிலை வந்திருக்கிறது என்பதை முதன்முதலாக அவள் நினைக்க லானாள். தன்னுடைய பிரியமான அப்பா மரணப் படுக்கையில் கிடக் கிறார். ஆனால், அவர்கள் *(அம்மாவும் மகளும்)* தொடலாகாது. பணி விடை செய்யக் கூடாது; அருகில் போகக் கூடாது. தங்களுக்கு அவர் எவ்வகை உறவுமில்லை. நேத்தியாரம்மா மகளைக் கட்டிப் பிடித்துக் கொண்டு அழுதார்.

''நம்முடையது எல்லாம் போய் விட்டது மகளே... எல்லாம்... எல்லாம்...''

அப்பன் நம்பூதிரிக்கு இடையே நினைவு வந்த போது தங்கம் அருகில் சென்று குனிந்து கூப்பிட்டாள்:

''அப்பா!... அப்பா!...''

அவர் அவளை நன்றாகக் கூர்ந்து பார்த்தார். அடையாளம் தெரிந் ததோ? அந்த உதடுகள் அசைகின்றன. 'மகளே' என்று கூப்பிடுகிறாரோ அல்லது தங்கம் என்றோ? அந்தக் கண்களில் சபிக்கும் கோபம் இல்லை. ஆசீர்வாதத்தின் ஒளித் திரி எரிகின்றது. வாழ்க்கையில் ஒரு போதும் இவ்வளவு தீவிரமாக அவர்கள் பேசிக் கொண்டது இல்லை. அவர் இடது கையை அசைத்து உண்ணியண்ணனின் கையைப் பிடித்து மடி யில் வைத்தார். அவள் கை நீட்டிக் கொண்டிருந்தாள். அவள் கையைப் பிடித்து அதில் வைத்தார். அதனுடைய அர்த்தம் என்னவோ? தங்கத்தின் காதுகள் வழியாக ஒரு சீழ்க்கை ஒலி கடந்து போனது. நிழல்கள் ஆடிக் கொண்டிருக்கின்றன; வெளிச்சம் மங்கலாயிற்று. அவள் நினைவு தப்பி அப்பன் நம்பூதிரியுடைய நெஞ்சின் மேல் விழுந்தாள் என்றும் அவருடைய இடது கை அவள் தோளைச் சுற்றியிருந்தது என்றும் அதனால் பிறகு பரிசுத்தச் சடங்கு செய்ய வேண்டியிருந்தது என்றும் மற்றவர் சொல்லக் கேள்விப்பட்டது உண்டு.

ஆசீர்வாதங்கள்

பிறகு விழித்தெழுந்தது இரவிலோ, பகலிலோ, எத்தனை நாட்கள் கழிந்ததோ என்பதெல்லாம் நினைவில்லை. உள்ளே பாராயணம் கேட்டது; வெளியில் மரம் வெட்டும் ஓசையும்.

நேத்தியாரம்மா மகளைத் தழுவிக் கொண்டே சொன்னார்: "எழுந்திரு தங்கம். மானம்பள்ளி இல்லத்தோடு உள்ள நம் உறவு முடிந்து விட்டது. வா போகலாம்" அவள் அழுதாள். "அப்பா எங்கே அம்மா? அப்பாவைக் காட்டுங்கள்…"

"இனி நமக்கு உள்ளே போகக் கூடாது மகளே. தீட்டாகும். இல்லாவிட்டாலும் உன் தீட்டையும் நீக்கிக் கொண்டு தானே அவர் போனார். அது எவ்வளவு வேதனையான விஷயம்…"

அப்பாவின் உடலைக் கூடப் பார்க்கக் கூடாது என்பதை அறிந்த போது அவள் மீண்டும் தலையில் அடித்துக் கொண்டாள்.

நேரம் போய்க் கொண்டிருந்தது. நாயர் மனைவியையும் குழந்தைகளையும் வீட்டை விட்டு வெளியேற்றி விட்டுத்தான் இறுதிச் சடங்குகள் செய்ய வேண்டும் என்பது ஆசாரம். நேத்தியாரம்மாவுக்கு அது தெரியும். ஆனால், தங்கம் அதைப் பொருட்படுத்தவில்லை. கடைசியில் உண்ணியண்ணன் அவர்கள் அருகில் சென்று கம்பீரமாகச் சொன்னார்:

"தங்கத்திற்கு ஒன்று தெரியுமா?… இறந்து போனது உன்னுடைய அப்பா. எனக்கு எல்லாம் ஆனவர். நம் இருவருடைய வேதனையும் சமமானது. ஆனால், ஊர்ப் பழக்க வழக்கங்களை மதிக்க வேண்டாமா, குழந்தை? இப்போது போம்மா… அப்பன்தான் இறந்திருக்கிறார்… உனக்கு நான் இங்கே இருக்கிறேன்… உன்னுடைய உண்ணியண்ணன் உண்டு… அதை ஞாபகம் வச்சுக்க…"

வாழ்க்கையின் நிர்ணயமான இந்த மகா முகூர்த்தத்தில் ஒரு பெரிய செய்தி புரிந்தது தங்கத்திற்கு… தான் பிறந்து வளர்ந்த வீடு தன்னுடையதல்ல. அவளுடைய அப்பா அவளுடையவரல்ல; ஒன்றும் அவளுடையதல்ல. அவர்களுக்கு எந்த உரிமையும் அங்கு இல்லை. போட்டிருந்த துணியை உதறிக் கொண்டு காரில் ஏறிய போது அவளுடைய மனதில் இந்தக் கேள்வி மட்டும் முந்திக் கொண்டிருந்தது; எங்கே?… எங்கே?… எங்கே?…

வாழ்க்கைப் படகு இறுதியில் வந்தடைந்தது இந்தத் துறையில் தான். திருமதி நாயர் எண்ணிக் கொண்டார்: 'தேவகி மானம்பள்ளியைத் துறவியாகவும் தங்கம் நாயரைப் புனித யாத்திரைக்காரியாகவும் கடைசியில் எதற்காக விதி இணைத்து வைத்தது?'

அப்பாவின் மரணத்தைத் தொடர்ந்து கொஞ்ச நாட்கள் தங்கம் பைத்தியக்காரியைப் போல் இருந்தாள். குளிப்பதில்லை; சாப்பிடுவதில்லை; தூங்குவதில்லை. மரத்து விட்ட வெறுமையில் மனம் மூழ்கி

நின்றது. உணர்ச்சி ஒரு எல்லையைத் தொடும் போது உணர்வின்மை ஏற்படும் அல்லவா?

நேத்தியாரம்மா உலகியல் அறிவுடையவராக இருந்தார். நாயர் வீட்டில் பெண்களுக்கு நீண்ட காலமாக இருந்து வருவதல்லவா இது? ஏதாவது ஒரு நம்பூதிரியிடமோ, ராஜாவிடமோ வைப்பாட்டியாக வாழ்வது, நிறையக் குழந்தைகளைப் பெற்றெடுப்பது; கடைசியில் தூசியைத் தட்டிக் கொண்டு இங்குதான் வர வேண்டும். பெரிய குடும்பம். ஏராளமான குடும்ப உறுப்பினர்கள். பழைய சட்டங்கள், சம்பிரதாயங்கள். குடும்பக் காரணவரின் *(பெரியவர்)* மனைவி கொடி கட்டி வாழ்கிறாள். ஆனால், மானம்பள்ளி மனையிலிருந்து அம்மா இறங்கிப் போனதைப் போல் நாயர் வீட்டிலிருந்து அந்தப் பெண்ணும் ஒரு நாள் இறங்கிப் போக வேண்டும். மருமக்கத்தாய முறையினரின் விதி அது. அது தெரிந்ததுதான். அம்மா நிறையச் சம்பாதித்து வைத்திருந்தார். தங்கம் ஒரு போதும் அனாதை ஆகக் கூடாது.

அம்மா எவ்வளவு வற்புறுத்தியும் பின்னர் தங்கம் கல்லூரிக்குப் போகவில்லை. தேர்வும் எழுதவில்லை. அவளுடைய அகங்காரம், பிடிவாதம், ஆசைகள் எல்லாம் எங்கேயோ ஓடி மறைந்து விட்டன. அப்பாவின் வாடிய முகமும், ஆசீர்வதிக்கும் கண்களுமே மனதில் நிற்கிறது. நீட்டிய கை தொட முடியாமல் தளர்ந்து விழுந்ததும் கூட. "அப்பா! அடுத்த ஜன்மத்திலும் உங்கள் மகளாகப் பிறக்க ஆசீர்வதியுங்கள்! அப்போது பூமியில் ஒரு ஜாதி மட்டுமே இருக்க வேண்டும்; அப்பாவும் மகளும் ஒருவரை ஒருவர் தொட உரிமை வேண்டும். வீணான சம்பிரதாயங்களின் பேரில் மனிதனை மனிதன் துக்கப்படுத்தல் ஆகாது."

சிந்தனைகள் இந்தப் போக்கிலான போது திருமதி நாயருடைய உடல் நடுங்கத் தொடங்கியது... நினைவுகள் கலைகின்றன... தான் திருமதி நாயர் ஆனது எப்போது?... ஓ... ஆமாம். அப்பா இறந்து கொஞ்ச நாளைக்குள் ஓர் இளைஞர் வீட்டுக்கு வந்திருந்தார். வட இந்தியாவில் எங்கேயோ வேலையாம். வசதியும் மரியாதையுமான குடும்பத்தில் அழகும் படிப்புமுள்ள ஒரு பெண்ணைத் தேடி அவர் வந்திருந்தார். அவளுக்கு இது இரண்டும் இருந்தது. அவர்கள் ஒப்புக் கொண்டார்கள். எல்லாம் உடனடியாக முடிந்தது... திருமணத்துக்கு அப்பா வீட்டிலிருந்து யாரும் வரவில்லை. உண்ணியண்ணனுக்கு வருடாந்திர தீட்சையாக இருந்தது. *(இறந்தவருக்கு ஒரு வருட காலம் செய்யும் சடங்குகள்).* தம்பியண்ணன் தேர்வு முடிந்து எங்கோ வெளியூர் போய் விட்டார்.

அண்ணிக்குக் கடிதம் போட்டாள்: "லக்ஷ்மி என்ற பெயரும் தங்கம் என்ற செல்லப் பெயருமுள்ள அண்ணியுடைய தங்கை இதோ

திருமதி நாயராகிறேன். நாங்கள் அன்றைய தினமே அவருடைய உத்தி யோக இடத்துக்குப் போகிறோம். இனி வரும் போது அப்பா வீட்டில் இருவரையும் ஒன்றாகப் பார்க்கலாம் என்று ஆசைப்படுகிறேன்... ஆசீர்வதியுங்கள்!...''

அந்த ஆசீர்வாதம் அல்லவா இன்றும் நான் யாசித்து நிற்பது? இன்று வரை அண்ணி அதைத் தரவில்லை என்று கெஞ்சும் பாவனை யில் திருமதி நாயர் மிகவும் நடுங்கியபடியே நிலத்தில் சாய்ந்து விழுந்தார்.

11. தேவகிபகன்

''டுடும்... டும்டும்... டும்... டும்... டுடும்... டும்...''

தூரத்திருந்து பெரும் பறை அடிப்பதைப் போல ஒரு முழக்கம் காதில் விழுந்தது. தொடர்ந்து வெடியோசை. ஆவேசத்தோடு எழும் முழக்கங்களின் பேரொலி. பட்டாளக்காரர்களைப் போல் ஆட்கள் அணிவகுத்து வரும் ஓசை... டப்... டப்... டப்...

கடைசியில் பூசை மணிகளின் இனிய கம்பீர நாதத்துடன் சேர்ந்து வேத மந்திரங்களின் உச்சாடனம் கேட்கிறது. உலகம் சுழன்று சுழன்று வருகிறது. நான் நினைவை இழக்கிறேனோ? அல்லது சமாதியாகி விட்டேனோ? மரணமோ? சுகம் துக்கம் தெரியாத ஓர் எல்லைக்குள் அறிவு பிரவேசித்து இருக்கிறது. அப்படி எத்தனை நேரமாயிற்று? தெரி யாது. மிக மென்மையான ஒரு கையின் வருடலால் மெல்ல விழிப்பு வந்தது.

''பாட்டி! பாட்டி! இந்தப் பாட்டிக்கு என்ன ஆயிற்று? அப்பா! கூப்பிட்டால் பேச மாட்டீங்கறாங்க!''

''ஒன்றுமில்லை மகளே, கொஞ்ச நாளாகப் பயணத்தினால் பாட்டி ரொம்பக் களைத்திருக்கிறார். ராத்திரி தூக்கமில்லை. அதோட வயசும் ஆயிருச்சே? நல்ல களைப்பிருக்கும். தூங்கட்டும்.''

''நேத்து அந்தப் பெண் துறவியைப் பார்த்தது முதல் பாட்டி ஒன்றும் பேசுவதில்லை. அந்தம்மா ஏதாவது மந்திரவாதியோ என்னவோ அப்பா! அவங்க நம்மைப் பார்த்த பார்வையைப் பார்த்தீர்களா? துளைத்து விடுவதைப் போல, அது யார் அப்பா?''

''யார் என்று யாருக்கும் தெரியும் குழந்தை? இமயத்தில் எத்தனையோ சந்நியாசிகள், சந்நியாசினிகள் இருக்கின்றனர்! அவர் களுக்குப் பேரில்லை; ஊரில்லை; உறவினரில்லை. ஒருவேளை பாட்டிக்குப் பிரியமானவர்களின் சாயல் தெரிந்திருக்கலாம்.''

திருமதி நாயருக்குச் சுற்றுப்புறம் பற்றி சிறிது நினைவு வரத் தொடங்கியது. மாடியில் நின்ற தான் எப்படி இந்தக் கட்டிலில் போர்வைக்குள் வர நேர்ந்தது? தலை சுற்றியது. கீழே உட்கார முயன்றார். நாற்காலியைப் பிடித்தார். பிறகுதான் விழுந்திருக்கலாம். சத்தம் கேட்டு அப்பா ஓடி வந்து எடுத்துப் படுக்க வைத்திருக்கலாம். கம்பளியால் முழுவதும் மூடியிருக்கின்றது. ஏதோ மருந்தினுடைய கடின நெடி அறையில் பரவியிருந்தது. அவர் நினைத்துக் கொண்டார்: 'மகன் டாக்டரானது நல்லதாப் போச்சு.' மருந்துப் பெட்டியும் எடுத்துப் புறப்பட்ட போதே அவர் சொன்னார்:

"புண்ணியத் தலத்துக்குப் போகும் போது இது வேண்டாம் அப்பு. அங்கே பகவான் இருக்கிறார். பார்த்துக் கொள்ள அவர் போதும்."

சிரித்துக் கொண்டு அவன் சொன்னான்: "அப்படியென்றால் என்னையும் ஒரு பகவான் என்று நினைத்துக் கொள்ளுங்கள்."

"ஆமாம் அப்பு! நீதான் என்னுடைய பகவான். உனக்குள்தான் நான் நிலை நிற்கிறேன்" என்று சொல்லத் தோன்றியது. ஆனால், எத்தனை நேசித்தாலும் ஒரு மகனால் அம்மாவை முழுமையாகப் புரிந்து கொள்ள முடியாது. அவனுக்கு தான் தாயார் மட்டும்தான். தாய் மட்டுமல்லவே பெண். பிறகு வேறு ஸ்தானங்களும் உண்டல்லவா? தலைமுறைகளின் விருப்பங்களுக்குள் தம்முள் பொருந்தாத இடை வெளி இருக்கும்.

தேவு கேட்பதுண்டு. "பாட்டி! எதற்காக எனக்கு இந்தப் பழைய பெயரை வைத்தீர்கள்? தேவு, தேவகி... வெட்கமாக இருக்கிறது வெளியில் சொல்ல. நான் தேவிகா என்று பெயரை மாற்றப் போகிறேன்" தேவகிக்கும் தேவிகாவுக்கும் எழுத்தளவில் சிறிய இட மாற்றமே உள்ளது குழந்தை. ஆனால், அது ஒரு மிகப் பெரிய மாற்றம். உனக்குத் தெரியுமா? யாருடைய நினைவால் நான் இப்பெயருக்காகப் பிடிவாதம் பிடித்தேன் என்று? என்னுடைய முதல் குழந்தையின் முதல் குழந்தைக்கு *(அது ஒரு பெண் குழந்தை எனில்)* இந்தப் பெயரை வைப்பதாக நான் ஒருவருக்கு வாக்குக் கொடுத்திருந்தேன். மகளே! அவர் ஒரு குழந்தைக்காக மிகவும் ஏங்கியிருக்கிறார். அவர் சொல்வது உண்டு:

"நான் குழந்தை பெறுவேன் என்று தோன்றவில்லை தங்கம். அதற்கு வழியில்லை. ஆனால், உன் குழந்தை என்னுடைய குழந்தை யாகவும் இருக்கும். அது பெண்ணாக இருந்தால் என் பெயரை வைக்க ணும். இல்லாவிட்டால் பையனுடைய மகளுக்காவது."

தனக்குத் திருமணத்தில் விருப்பமில்லாத காலமாக இருந்தது அது. ஆனாலும் கையில் அடித்துச் சத்தியம் செய்தேன். "நமக்குள் யாருக்கேனும் குழந்தை பிறந்தால் அது நம் இருவருடையதுதான்."

துன்பமறியாத யௌவனத்தின் ஆரம்ப கட்டத்தில் அது போன்று என்னவெல்லாம் சத்தியங்கள் ஒருவருக்கொருவர் செய்து பிரிகிறோம்! பூர்த்தி செய்ய முடிவதுண்டா? திருமணம் முடிந்து நாலைந்து ஆண்டுகள் கழிந்த பிறகுதான் கர்ப்பிணியானார். முதல் பிரசவத்திற்கு ஊருக்குப் போகவில்லை என்பதை அவர் நினைத்துக் கொண்டார். அங்கே ஆஸ்பத்திரி இல்லை; விசாரிக்க உறவில்லை என்று சொல்லி அம்மாவை இங்கு வரவழைத்தோம். அம்மா சொல்லித்தான் செய்திகள் சில தெரிந்தது.

மானம்பள்ளி இல்லத்தில் பாகம் பிரித்தாயிற்று. தம்பிக்கு இல்லம். உண்ணியண்ணன் கோயில் வீட்டிற்குக் குடியேறி விட்டார். எல்லோரும் எத்தனை எடுத்துச் சொல்லியும் மற்றொரு திருமணத்திற்கு அவர் இசையவில்லை. அவருக்குப் பதில் தம்பி திருமணம் செய்து கொண்டார். தம்பியண்ணனின் மனைவி, சேலையும் ஜாக்கெட்டும்தான் அணிந்திருந்தார். அவர் கூட்டத்துக்குப் போவார். சினிமாவுக்குப் போவார். தீண்டாமை கடைப்பிடிப்பதற்கில்லை. இல்லத்திற்குள் கீழ்ச் சாதியினரை அனுமதிக்கிறாராம். இவ்வளவு செய்தும் அம்மாவும், சித்தியும் ஒன்றும் பேசுவதில்லை. ஏனென்றால், தம்பி நம்பூதிரிக்கு எல்லோரையும் ஒழுங்குபடுத்தத் தெரியும்.

நேத்தியாரம்மா வருத்தம் மிக்க கவலையோடு சொன்னார்:

''இல்லத்தில் தான தர்மங்களெல்லாம் போச்சு தங்கம். தம்பி பேர் பெற்றவனாக இருக்கிறான். கார், தொழிற்சாலை, யானை எல்லாம் உண்டு. அடுத்த தேர்தலில் நிற்கிறானாம். ஆனால், இல்லத்தில் தர்மக் கஞ்சியையும், கோயிலில் நடத்தும் அன்னதானத்தையும், சத்திரத்தில் ஊற்றும் மோரையும் நிறுத்தி விட்டான். தானம் செய்வது பாவம் என்பது அவனுடைய அபிப்பிராயம். பாவம்! உண்ணிக்கு இதையெல் லாம் பார்த்துக் கொண்டு என்ன செய்வதென்று தெரியவில்லை. செங்க நாட்டப்பனுடைய கோயிலில் விழுந்து வணங்கி அவர் வேண்டினாராம்.''

''என் விஸ்வம்பரா, சக்தி தர வேணும், சக்தி! எதையும் தாங்கக் கூடிய சக்தி தர வேணுமே!'' பிறகு அவர் தன்னுடைய எல்லாவற்றையும் செங்க நாட்டு அப்பனின் திருப்படியில் வைத்துத் தானம் செய்து விட்டார். ஒவ்வொரு நாளும் கொஞ்சம் *(நாழி - படி)* வறுத்த சோறு கிடைக்கும். அதை உண்டு வாழ்கிறார்.''

இதையெல்லாம் கேட்டு அவள் கண்கள் கலங்கின. ''நாம் அண்ணியைத் திரும்ப அழைத்தால் என்ன அம்மா? அண்ணனின் நிலை தெரிந்தால் அவர் வராமல் இருப்பாரா? அவ்வளவு கெட்டவரா அண்ணி?''

''அது சரி! அண்ணி எங்கே? அவர் காணாமல் போய் எத்தனை நாளாச்சு! உனக்கு அது தெரியாதா?'' தொடர்ந்து அம்மா அந்தக் கதையைச் சொன்னார்:

அப்பன் நம்பூதிரியின் ஈமக்கிரியை முடிந்த பின் தம்பி புதுச்சேரி இல்லத்துக்குப் போய் அண்ணியை அழைத்தார்.

"அகத்து அம்மாவான நீங்கள் திரும்ப வாருங்கள். அண்ணன் பைத்தியம் போல் இருக்கிறார். குளியல், பிரார்த்தனை, வழிபாடு, செங்க நாட்டப்பன் கோயிலில் சேவை, குடும்பக் காரியங்களைக் கவனிப்பதில்லை. நான் படிப்பை நிறுத்தி விட்டுக் குடும்பக் காரியங் களைப் பார்க்கப் போகிறேன். வீட்டுக்குள் பொறுப்பாக ஒருவரும் இல்லை. அம்மாவுக்கு வயதாகி விட்டது. நடந்தது எல்லாம் மறந்து விடுங்கள். ஒரு புது வாழ்வைத் தொடங்கலாம்."

தேவகி மானம் பள்ளி சொன்னார்: "நான் வருகிறேன் தம்பி. அண்ணனுக்காக நெடுந்தூரம் அவர்பின் வருகிறேன். ஆனால், எனக்காக அண்ணன் கொஞ்சம் முன்னால் வந்தே ஆக வேண்டும். பழைய தேதிக் குட்டி அகத்தம்மாவாய், குடையும் பிடித்து, தலை குனிந்து நடக்க, இனி என்னால் முடியாது. நான் பொதுக் கூட்டத்திற்குப் போவேன்; பேசுவேன்; தீண்டாமையை ஏற்க மாட்டேன். அண்ணனும் அம்மாவும் இதையெல்லாம் விரும்புவார்களா? உறவினர் சம்மதிப்பார்களா? மானம்பள்ளி இல்லத்தில் சண்டையும் வழக்கும் கூடாது. அண்ணன் வந்து அழைத்தால் வருகிறேன். ஆனால், ஒன்று. பிராயச்சித்தம் செய்ய மாட்டேன். இதைச் சொல்; சரி என்றால் வருகிறேன்."

இதைச் சொல்லும் போது தேவகி மானம்பள்ளியுடைய கழுத்தில் இறுகக் கட்டியிருந்த சரடில் சிறு தாலி அசைந்து அசைந்து மின்னிக் கொண்டிருந்தது என்று தம்பி சொன்னார். 'சரி' என்ற சொல்லுக்கு அன்று பேராற்றல் இருந்தது. ஆனால், உண்ணியண்ணன் அதைச் சொல்ல வில்லை. ஆனால், விதி எத்தனை விசித்திரமானது! தம் மனைவியின் சுய மரியாதையையும் மன உறுதியையும் பற்றி அவர் உணர்ந்திருக்க லாம். அல்லது தன்னுடைய பலவீனத்தையும், அடங்கிப் போகும் குணத்தையும் நினைத்திருக்கலாம். அம்மாவையோ, ஆசாரங்களையோ மீற அவருக்கு முடியவில்லை. எப்படியாயினும் மானம்பள்ளியின் மூத்த வாரிசு, தன்னுடைய அந்தர்ஜனத்தை அழைத்து வரத் துணிய வில்லை.

அவர் தனக்குத் தானே சொல்லிக் கொண்டார்: "இதை வேறு விதமாகவும் பார்க்கலாம். நான் கீழிறங்கி வருகிறேன். அண்ணியைக் கொஞ்சம் மேலேறி வரச் சொல். அவள் தனியாகத்தான் இங்கிருந்து போனாள், தனியாகவே திரும்பலாம் அல்லவா?"

தம்பி நம்பூதிரி கேலியாகச் சிரித்தார்: "அண்ணனுக்கு நல்ல யோகம், உச்சத்தில் வரவில்லை போலும். ஆனால், மானம்பள்ளி இல்லத்திற்கு சந்ததி வேண்டும். நான் திருமணம் செய்து கொள்ளப் போகிறேன்."

இவ்வளவையும் சொல்லி விட்டு அவர் நிறைய வரதட்சைண பெற்றுக் கொண்டு ஒரு நாகரிகமான பெண்ணைத் திருமணம் செய்து கொண்டார். தொடர்ந்து பல நேரங்களில் அம்மா சொன்ன செய்தி எல்லாம் அடுக்கடுக்காக நினைவுக்கு வருகின்றன. சமூக சேவை ஆவேசம் ஒரு புயலாக அல்லவா சுழன்று அடித்திருக்கிறது? முன்னேற் றத்தினுடைய வழியில் குறுக்கே நின்ற சில நோய்வாய்ப்பட்டிருந்த மரங்கள் விழுந்தன. வீடுகள் இடிந்தன. வழி ஏற்பட்டது. புரட்சி அதன் சிறகுகளில் சிலரது வாழ்க்கையைச் சுமந்து முன்னோக்கிக் கொண்டு போனது. ஆனால், ஒரு புயல் காற்றிற்கு நிலையாக நிற்கும் தன்மை இல்லை என்ற தத்துவம் வேதனை கலந்த தெளிவோடு புரியலாயிற்று. வந்தது போலவே பெரும் வெள்ளம் வற்றிப் போனதும் வேகமாய் இருந்தது. வற்றிப் போக ஆரம்பித்ததும் தொடக்க காலத்தின் ஆவேசம் குறைந்து அடங்கிய போது பலரும் வெவ்வேறு இடங்களில் நின்று ஆயுதங்களை எடுக்கத் தொடங்கினர். மக்கள் ஒருவரோடு ஒருவர் முணுமுணுக்கலாயினர். பொதுக் கூட்டமும், பத்திரிகைகளும் முடங் கின. அரசியல் கட்சியில் ஈடுபாடு உடையவர்கள் அப்பக்கம் திரும் பினர். மற்றவர் முன்பு இருந்ததை விட சநாதனிகளாய் மாறினர். மறைப்புகளை விடுத்த அந்தர்ஜனங்களில் பலர் மீண்டும் குடை பிடித்துப் போர்த்திக் கொண்டு கோயில்களுக்கும் புண்ணிய நீராட்டுக் கும் அலைந்து நடந்தனர். சமுதாயத்திற்காக என்று சாகவும் துணிந்து நடந்த இளைஞர்களில் சிலருடைய நிலை பரிதாபமாய் இருந்தது.

பி.கே.பி. நம்பூதிரியுடைய செய்திதான் ரொம்பக் கொடுமை. பொதுக் காரியங்களில் ஈடுபட்டதால் சொத்தெல்லாம் போயிற்று. பலதார மணத்திலிருந்து தப்ப, ஓர் ஏழைப் பெண்ணைத் திருமணம் செய்ய வேண்டிய கட்டாயம் வந்து விட்டது. நான்கைந்து குழந்தை களும் ஆகி விட்டன. ஆரம்பத்தில் நெருங்கியிருந்த பிரமுகர்கள், நண்பர்கள் இன்று இல்லை. மிகக் கஷ்டப்படுகிறார், பாவம்.

தேவகி மானம்பள்ளிக்கு திரும்புவதற்குக் கூடு இல்லை. கூட்டில் அடைபட முடியாதபடி அவர் வளர்ந்திருந்தார். சுதந்திரத்தை உயிருக்கு மேலாக நேசிக்கின்றவர் கூட்டத்தில் ஒருவர் சமுதாயத்திற்குச் சுதந்திரம் வேண்டுமென்றால் நாட்டிற்கும் சுதந்திரம் கிடைத்தால் மட்டுமே முடி யும் என்று அவர் புரிந்து வைத்துள்ளார். மகாத்மா காந்தியின் சிஷ்யை யாக, அவர் வெகு தொலைவில் ஏதோ ஓர் ஆசிரமத்தில் வசிக்கிறார்.

மானம்பள்ளி தொடர்ந்தார்: ''சிறிய குஞ்சம்மா இனித் திரும்பி வந்தாலும் குணமில்லை மகளே! அவர் மாறிப் போய் விட்டார். தீண்டாமை பார்ப்பதில்லை; ஒளிவு மறைவில்லை; ஜாதிப் பற்றில்லை. உண்ணித் திருமேனியின் விருப்பத்திற்குக் கட்டுப்பட்டு நிற்க இனி அவரால் முடியுமா? தேதிக்குட்டி இப்போது உயர்ந்த ஆளாகியிருக் கிறார். இதைச் சேவா கிராமத்திற்குப் போய் வந்தவர் சொல்லக்

கேட்டிருக்கிறேன். தேவிபகன் என்று சென்னால் காந்திக்கும் நேருவுக்கும் கூட பெரிய மதிப்பாம்.''

நான் பெருமூச்சு விட்டேன். தேதியண்ணி என்ற தேவகி மானம்பள்ளி இப்போது தேவிபகன் ஆக மாறியிருக்கிறார். சமுதாயப் பணியிலிருந்து அரசியலுக்குள் வளர்ந்திருக்கிறார். இனி இங்கே திரும்ப வருவது நடக்காது.

தேதியண்ணியைப் பற்றிய செய்திகள் எல்லாம் அத்தோடு முடிந்து விட்டது என்று அவர் கருதியிருந்தார். அவர் ஒரு புதிய வாழ்க்கையைத் தொடங்கி இருந்தார். மகனது பிறப்பு, கணவனின் பதவி உயர்வு, வாழ்க்கையில் புதிய கடமைகள், எல்லாவற்றிலும் மூழ்கி விட்டதால் காலம் போனது தெரியவில்லை. அவர் சுகமாக இருந்தார்; திருப்தியோடு வாழ்ந்தார்; பழைய உறவுகளைப் பற்றி நினைக்க அன்று நேரமில்லை.

எப்போதாவது பத்திரிகையைப் புரட்டும் போது புலப்படுவது உண்டு. அங்கே சத்தியாக்கிரகம் தொடங்குகிறது; இங்கே சமாதானத்தைப் பற்றி ஆலோசிக்கப்படுகிறது; தலைவர்களைக் கைது செய்துள்ளனர்; குண்டு வெடிப்பில் இத்தனை பேர் இறந்து விட்டனர் - என்றெல்லாம். தன்னைப் பொறுத்தவரை இதெல்லாம் ஒரு மர்ம நாவல் வாசிக்கின்ற உணர்வையே தந்து இருப்பதாகக் கருதி திருமதி நாயர் வெட்கிப் போனார். அம்மாவின் மரணத்துடன் ஊரோடுள்ள தொடர்பு அற்று விட்டது. ஒன்றும் மனதறிந்து செய்ததல்ல அண்ணி! எதுவும் தன்னுடைய தவறும் அல்ல. வாழ்க்கை என்பது அதுதான். அலைகள் இழுத்துப் போகிற கரைகளில் எல்லாம் நாம் மாறி மாறி சஞ்சரிக்கிறோம். கூடுகிறோம்; பிரிகிறோம். போகட்டும். இந்தப் புனித யாத்திரைகள் செய்த நெருக்கடியில் நீங்கள் ஒரு தடவையாவது 'தங்கம்' என்ற இந்தச் செல்லத் தங்கையைப் பற்றிக் கொஞ்சம் நினைத்துப் பார்த்ததுண்டா? பட்டும் படாமலும் நாம் சேர்ந்து பிரிந்த எத்தனை சந்தர்ப்பங்கள் ஏற்பட்டிருக்கும். அன்றெல்லாம் தானோ அண்ணியோ *(ஒருவரை ஒருவர் சந்திக்க)* சுண்டு விரலைக் கூட அசைக்கவில்லை. ஆனால், இப்போது யாத்திரையின் இறுதி வேளையில் அந்தப் புனித யாத்திரைத் தலத்தில் இழைகளை இணைக்க முயல்கிறோம்... ஓ...!

திருமதி நாயர் கண்களைத் திறந்து மேலே பார்த்தார். மேலே மின் விசிறி மிக வேகமாக சுழன்று கொண்டிருந்தது.

12. குண்டாந்தடியும் வெடிகுண்டும்

புராணங்களில் ஒரு பறவை வருமல்லவா - கருடன். பகவானின் வாகனமான அந்தப் பறவை ஆகாயத்தில் வெகு தொலைவு வரை

குண்டாந்தடியும் வெடிகுண்டும்

சுற்றிச் சுற்றிப் பறந்து கொண்டிருக்கும். எவ்வளவு தொலைவு மேலே செல்கிறதோ அவ்வளவு தெளிவாக கீழே இருப்பவை தெரியும். நினைவுகளுக்கும் இத்தன்மை உண்டு. காலம் செல்லச் செல்ல அத னுடைய தெளிவு அதிகரித்து வருகிறது.

ஆயிரத்துத் தொள்ளாயிரத்து நாற்பத்தி இரண்டாவது ஆண்டு காலத்தைப் பற்றி அவர் நினைத்துப் பார்த்தார். யுத்தத்தின் அக்கினிக் கொழுந்துகள் நாட்டின் வெளியேயும் உள்ளேயும் பற்றி எரிந்து கொண் டிருந்தன. "வெள்ளையனே வெளியேறு" போராட்டம் அறிவிக்கப் பட்டிருந்த காலம். தலைவர்கள் பெரும்பாலும் சிறையில் இருந்தனர். தடை மீறல்கள் நடந்து கொண்டிருந்தன. குண்டு வீச்சும் குண்டாந்தடி அடியும் சேர்ந்து நாடு முழுவதும் ஒரே போர்க்களமாக மாறியிருந்தது. ஒரு புறம் துப்பாக்கிச் சூடும், குண்டாந்தடியும், கண்ணீர்ப் புகையும் நடத்திய ராணுவத்தின் இரக்கமற்ற மனித வேட்டை; மறு புறம் விடுதலை வேட்கையையும் சுதந்திர ஆர்வத்தையுமே ஆயுதமாகக் கொண்ட ஆதரவற்ற அப்பாவி மக்கள். இவர்களுடைய நேரடியான மோதல் உணர்ச்சி பூர்வமாக இருந்தது.

இக்காலத்தில் தாங்கள் வசித்திருந்த அந்த மாநகரத்தின் உயர்ந்த மாடி வீடுகளில் ஒன்றிலிருந்து பல வகையான காட்சிகளை நேரடியாகப் பார்த்திருந்தார் அவர்.

நகரத்தில் ஊரடங்குச் சட்டம் அறிவித்திருந்த சமயம் அது. நான்கு பேருக்கு மேல் கூடிப் பேசக் கூடாது; கோஷங்கள் போடக் கூடாது. ஊர்வலங்கள் செல்லக் கூடாது. காவல் துறையும் ராணுவமும் எப்போதும் ரோந்து வந்து கொண்டிருந்தன. ராணுவ வண்டிகளின் அலறல் இன்றி வேறெதுவும் கேட்பதில்லை. புலர்காலை; முன்னால் இருந்த மாளிகைக்கு மேல் பனித் திரை படர்ந்திருந்தது. அப்போதுதான் விழித்திருந்தார். ஜன்னல் திரை வழியாகச் சோம்பலுடன் வெளியே பார்த்தார். வாயும் மூக்கும் வரிந்து கட்டிச் சுருண்டு கிடக்கும் மலைப் பாம்பினைப் போல் பெரிய வீதி நீண்டு கிடக்கிறது. டோங்காக்கள் இல்லை; கார்கள் இல்லை; வழிப்போக்கர்கள் இல்லை; பால்காரர்களின் அழைப்பொலி கூட இல்லை. பூகம்பத்திற்கு முன்புள்ள மயான அமைதியில் எல்லாம் அசைவற்று இருந்தன.

முக்கிய வீதியிலிருந்து மணிக்கூண்டிற்குத் திரும்பும் வழியில் திடீரென ஒரு பெரு முழக்கம் கேட்டது. நூற்றுக்கணக்கான மனிதக் குரல்கள் ஒன்றாக எழுப்பிய ஜெய கோஷங்கள்.

"பாரத மாதா கீ ஜெய்!... மகாத்மா காந்தி கீ ஜெய்!... க்விட் இந்தியா!... க்விட்... க்விட்... க்விட்... இந்தியா!"

சிவந்த சட்டையும் நிக்கரும் அணிந்து, சிவந்த தொப்பியும் இட்டு மூவர்ணக் கொடியும் அசைத்துக் கொண்டு குஞ்சுக் கிளிகளின்

ஒரு கூட்டம் நடந்து வந்து கொண்டிருந்தது. நகரத்தில் பதினாறு வயது க்குக் கீழ் உள்ளவர்கள் சேர்ந்து வீர வானர சேனை என்று ஒரு புரட்சிச் சங்கத்தை ஏற்படுத்தி உள்ளதாகக் கேள்விப்பட்டிருந்தார். பணக்காரர், ஏழை, மன்னர், மக்கள், உயர் பதவியில் உள்ளோர் வரை பல்வேறு நிலையினருடைய குழந்தைகள் அந்த ரகசியச் சங்கத்தில் சேர்ந்திருந்த தாகத் தகவல்கள் இருந்தன. நாட்டின் நானா திசைகளிலும் உள்ள போராட்ட இயக்கங்களை இணைத்திருந்தது இந்தப் புதிய தலைமுறை உணர்ச்சித் தளிர்களின் இயக்கமாம். அப்புவும் மதுவும் இவர்களோடு சேராமல் இருக்க எவ்வளவு முயன்று ஊருக்கு அனுப்பினோம் என்பதை அவர் நினைத்துக் கொண்டார். அங்கேயும் அவர்கள் ரகசிய இயக்கங் களில் சேருவார்களோ என்று திருமதி நாயர் திகைப்போடு சிந்தித் திருக்கிறார்.

வானர சேனையைத் தொடர்ந்து வெள்ளைச் சேலையும் ரவிக்கை யும் அணிந்து சுதந்திர கீதங்களைப் பாடிக் கொண்டு வந்தவர்கள் மாதர் சேவா சங்கத்தின் அங்கத்தினர்கள்.

அவர்களுக்குப் பின்னால், "சுதந்திரம் அல்லது மரணம்" என்று முழங்கியபடி நாட்டிற்காகத் தங்கள் உயிரையே சமர்ப்பணம் செய்த தியாக தீரர்களின் இயக்கத்தினைச் சேர்ந்த வீர இளைஞர்கள்.

முழக்கங்களின் ஒலியும் இராணுவ வண்டிகளின் சுதந்திரப் பாடல்களின் பாட்டொலியும் சேர்ந்து சூழல் அமைதியற்று இருந்தது. "போகிறேன் நான், விடுங்கள் - விட மாட்டோம், போகக் கூடாது" என்று போலீசும் வாலண்டியர்களும் இழுபறியாக இருந்தனர். இடை யில் யாரோ ஒருவர் மணிக்கூண்டின் மேலே கையைக் காட்டி அச்ச மூட்டும் குரலில் ஓலமிட்டார்:

"ஐயோ! அங்கே பாருங்கள்! அவன்... அவன்... அந்தச் சிறுவன் ..."

பத்தோ, பன்னிரெண்டோ வயதுள்ள ஒரு சிறுவன் வானைத் தொடும் அந்த மணிக்கூண்டின் மேல் சுதந்திரக் கொடியை நெஞ்சோடு சேர்த்துப் பிடித்துக் கொண்டு வேகமாக ஏறிக் கொண்டிருக்கிறான். அவர்கள் வானமே நடுங்கும் குரலில் முழக்கமிடுகின்றனர்: "பாரத மாதா கீ ஜெய்!"

ராணுவத்தினர் துப்பாக்கியை உயர்த்திக் காட்டிக் கட்டளையிட்ட னர்: "கீழே இறங்குடா மடையா! இல்லையென்றால் நாங்கள் உன்னைக் கீழே இறக்குவோம்!"

அவன் கேலியாகச் சிரித்தபடி கீழே பார்த்தான். ராணுவத்தினரை யும் பொது மக்களையும் மாறி மாறிப் பார்த்தான். பிறகு ஆபத்தான அந்த வழியில் மெல்லப் பிடித்துக் கொண்டு ஏறத் தொடங்கினான். காலைச் சூரியனின் செங்கதிர் பட்டு மணிக்கூண்டின் மேற்பாகம்

குண்டாந்தடியும் வெடிகுண்டும்

இரத்தத்தில் குளித்தது போலிருந்தது. சிவந்த கதர்ச் சட்டை, கதர் டிரவுசர், வெளுத்துச் சிவந்த கன்னங்கள். ஆகாயத்தின் மடியிலிருந்து நழுவிக் கீழே விழுந்த சூரியனின் குழந்தையைப் போலிருந்தது அச் சிறுவனைப் பார்க்கும் போது. வழவழவென்றிருந்த மேற்பகுதியில் அவன் தொற்றி ஏறும் போது தெரியாமல் சிறிது காலிடறினால் கூடப் போதும். கவனம் சிதறினால் போதும்; கீழே விழுந்து சுக்கு நூறாகி விடுவான்.

"வேண்டாம் மகனே வேண்டாம்! கீழே இறங்கு!" என்று கத்த வேண்டும் போலிருந்தது.

மனிதர்கள் மூச்சை அடக்கிக் கொண்டு காத்திருந்தனர். இவனைப் பெற்ற தாய் பாக்கியசாலி. இவனைப் பெற்ற நாடோ பெருமைக்கு உரியது.

ஆயிரக்கணக்கானவர்களின் வாழ்த்துக்களைப் பெற்றுக் கொண்டு அந்தச் சிறுவன் மேன்மேலும் மேலே ஏறிக் கொண்டிருந்தான். மணிக் கூண்டின் உச்சியை அடைந்தான். மக்கள் கூட்டத்தைப் பார்த்தான். கையை ஆட்டிச் சிரித்தான், தேசியக் கொடியை எடுத்து, விரித்து உயரத் தில் நாட்டினான். திசைகள் எதிரொலிக்கக் கோஷங்கள் மறுபடியும் முழங்கின.

"பாரத மாதா கீ ஜெய்!...
வீர குமார் கீ ஜெய்!"

இந்தியாவின் பெருமிதம் போலச் சிறகசைத்தாடும் மூவர்ணக் கொடியின் அருகே வெற்றி வீரனான அபிமன்யுவைப் போல் அந்தச் சிறுவன் நின்று கொண்டிருந்தான். திடீரென ராணுவத் துப்பாக்கிகள் முழங்கின. வெடிகுண்டுகள் பாய்ந்தன. ஆயிரம் மின்னல் கதிர்கள் ஒன்றாக வானத்தில் உயர்வதைப் போல. மணிக்கூண்டின் மேலே சிரித்துக் கொண்டிருந்த தேவ குமாரன் ரத்தத் துளிகளை உதிர்த்துக் கொண்டு ஒரு வெள்ளைப் பறவையைப் போலச் சுழன்று சுழன்று கீழே வந்து விழுந்தான்.

அதிதீவிரமான ஆரவாரம் எழுந்தது. தொடர்ந்து ராணுவத்துக்கும் பொது மக்களுக்கும் மோதல்! தடியடி! துப்பாக்கிச் சூடு! பொது மக்கள் உரக்கக் கத்தினார்கள். "அவன் எங்களுடையவன், அவனை எங்களிடம் கொடு! அவனை... இந்தியாவின் வீர மகனை!"

மணிக்கூண்டின் கீழுள்ள இடம் முழுதும் பலமான போலீஸ் பாதுகாப்புப் போடப்பட்டிருந்தது. ஆனால், திரளான கூட்டத்தை மோதித் தள்ளிக் கொண்டு மாதர் சேவா சங்கத்தைச் சேர்ந்த ஓர் இளம் பெண் முன்னால் நுழைந்து உள்ளே வந்தாள். ராணுவத்தினரை ஒதுக்கித் தள்ளி விட்டு அவள் அச்சிறுவனின் உடலை வாரி எடுத்தாள். வாடிய தாமரைத் தண்டு போலிருந்த அந்த உடலில் இன்னும் உயிர் போய்

விடவில்லை. அவள் அவனை நெஞ்சோடு சேர்த்தணைத்து முத்தமிட் டாள். அவன் இதயத்திலிருந்து பாய்ந்த ரத்தத்தினால் அவளுடைய வெள்ளைச் சேலை முழுவதும் சிவப்பாக மாறியது. ஒரே நேரத்தில் அழுவதும் சிரிப்பதுமாக, பாரத மாதாவைப் போல் ஒளியும் கம்பீரமும் நிறைந்த முகத்தோடு காட்சி தந்தாள் அப்பெண். ராணுவத்தினர் அவளிடமிருந்து அச்சிறுவனைப் பறிக்க முயற்சி செய்தனர். தடியடி பட்டுத் தலை பிளந்து ரத்தம் ஒழுகிக் கொண்டிருந்தது. ரத்தம் தோய்ந்த ஆடை கிழிந்து துண்டு துண்டாகப் போயிருந்தது. போலீஸ் இழுத்து நிலத்தில் தள்ளியும் கூட அச்சிறுவனின் உடலை அவள் நெஞ்சோடு அழுத்திப் பிடித்திருந்தாள். அடர்ந்த கண்ணிமைகளில் ஒரு துளி கண்ணீர் கூட இல்லாமல், நெற்றியிலிருந்து ரத்தம் சிந்திக் கொண் டிருக்கத் தலை நிமிர்ந்து நின்ற அந்த இளம் பெண்ணின் கண்களிலிருந்து நெருப்பு கனன்று கொண்டிருந்தது. உதடுகள் துடித்தன. அந்தச் சாயல், அந்தப் பார்வை - அது யாருடையது? - யாருடையது?

திருமதி நாயருக்கு அந்தக் காட்சியை நினைக்கும் போது மீண்டும் தலை சுற்றியது. எத்தனை சக்தியற்றவள் நான்! எத்தனை இழி வானவள்! அன்று அந்த ஜனக் கூட்டத்திற்குள் புகுந்து சொல்லி இருக்க லாமே: "நானும் இந்தியப் பெண்தான், நானும் உங்களோடு இருக்கி றேன்; அச்சிறுவன் என்னுடையவனும்தான். என்னையும் சேர்த்துக் கொள்ளுங்கள், சகோதரி.''

சுகம் ஒரு மயக்கும் போதைப் பொருள் என்று திருமதி நாய ருக்குத் தோன்றியது. அதிலிருந்து அவ்வளவு எளிதில் விடுதலை இல்லை. என்றாலும் அன்று மாலை கணவர் வந்த போது கேட்டார்:

"அந்தப் பெண் இறந்து விட்டாளோ?''

"எந்தப் பெண்?''

"இன்று காலை தடியடி பட்டு விழுந்த அந்தப் பெண். அந்தச் சிறுவனின் உடலுடன் கூட்டத்திற்குள் வந்த பெண்.''

அவர் உரக்கச் சிரித்தார்: 'ஓ... அதுவா... அப்படி எத்தனை எத்தனை பெண்கள் தடியடி பட்டு மடிகின்றனர். கற்பழிக்கப்படுகின் றனர்! அவர்களின் எதிர்காலத்தைப் பற்றியெல்லாம் நமக்குத் தெரியுமா? தெரிய வேண்டிய அவசியம் இல்லையே.''

அப்புறம் கணவரின் நண்பரான ஒரு போலீஸ்காரர் சொல்லித் தான் விவரம் தெரிந்தது. அவர் சொன்னார்: "ஓ... தேவகி பகனா! அவர் இறக்கவில்லை. ஆனால் அவருடைய சகாக்களான நாலைந்து பெண்கள் போலீஸ் அடக்குமுறையால் நசுங்கிச் சிதைந்து போய் விட்டனர். தேவகிபகன் நினைவின்றிக் கொஞ்ச நாள் சிறையின் மருத்துவமனை யில் கிடந்தார். பிறகு சேவாசிரமத்திற்குத்தான் திரும்பியிருக்க வேண்டும். அல்லது வேறெங்காவது தடியடி பட்டு இறந்து விட்டாரோ

என்றும் தெரியவில்லை'' தொடர்ந்து அவரிடமிருந்து வேறு சில தகவல் களும் கிடைத்தன. காந்திஜியுடைய அன்புக்குரிய சிஷ்யையாம் அவர்.

தங்கம் நடுங்கிப் போனார். தேவிபகன் என்றால் தேவகி மானம்பள்ளி, தேதியக்கா. அவரா இவர்? அண்ணியை ஆசிரமத்தில் போய்ப் பார்க்க வேண்டும் என்று மிக ஆவலாக இருந்தார். ஆனால், கணவர் அனுமதிக்கவில்லை. தன் பதவிக்கு அது பொருத்தமில்லை என்று அவர் நினைத்திருந்தார். அதோடு அண்ணி எங்கிருந்தார் என்பது இங்கு யாருக்கும் தெரியவும் இல்லை.

திருமதி நாயர் நினைத்துக் கொண்டார்: 'சுதந்திரப் போராட்டத் திற்குப் பிறகு, பட்ட பாட்டுக்குக் கூலி கேட்டு முன் வந்த எந்தக் கூட்டத்திலும் தேவகிபகனைக் காண முடியவில்லை. அவர் அமைச்ச ராகவில்லை; தலைவியாகவில்லை; குறைந்தபட்சம் ஒரு கமிட்டி மெம்பர் கூட இல்லை. எனினும், அன்று எதிர்கால இந்தியாவின் கனவை நெஞ்சோடு அணைத்துக் கொண்டு இரத்தத்தில் குளித்து நின்ற தன்னலமற்ற வீர நாயகி மீண்டும் ஒன்றிரண்டு தடவை கவனத்திற்கு வந்து பட்டதுண்டு.

சமூகக் கலவரங்களின் ஆடு களமான கிழக்கு வங்காளத்தில் அஹிம்சையின் குருநாதனோடு பயணித்த ஒரு பெண்ணின் புகைப்படம் தேவகி மானம்பள்ளியின் சாயலில் இருந்தது.

மத்தியப் பிரதேசத்தில் ஓர் ஆசிரமத்தில் கிராமத்துப் பெண்களின் மறுவாழ்வுக்காகப் பாடுபட்டுக் கொண்டிருந்த ஒரு மாதாவின் உருவத் திற்கும் இதே சாயல்தான். அவர் இவ்வாறு ஒப்பிடுவதைப் பார்த்த அவர் கணவர் சொல்வார்.

''இது ஒரு மாயை தங்கம். புத்தி மாறாட்டம். நீ அவரைப் பற்றியே சிந்திப்பதால், காண்பதெல்லாம் அவராகவே உனக்குத் தெரி கிறது.''

இன்று சுமித்ரானந்த சரஸ்வதியாக அந்தப் புத்தி மாறாட்டம் மறுபடியும் புகுந்திருக்கிறதோ? இல்லை. தேதியக்கா, இந்த முறை நான் உங்களை விட மாட்டேன். தங்கம் நாயரிடமிருந்து தேவகி மானம் பள்ளிக்கு விடுதலை இல்லை. நாம் ஒரு காலகட்டத்தினுடைய இரு முகங்கள். புதிய தலைமுறைக்கு இரண்டு தாய்கள் உண்டு. நம்முடைய குழந்தைகளை நீங்கள் ஏற்றுக் கொள்ள மாட்டீர்களா?

13. துறவின் அடித்தளம்

திருமதி நாயரின் வீட்டில் குழந்தைகளுக்கு ஹிந்தி சொல்லிக் கொடுக்க ஒரு வயதான ஆசிரியை வருவார். அவர் ஒரு மலையாளி.

காந்திஜியுடைய வேண்டுகோளை ஏற்று சுதந்திரப் போராட்டத்தில் பங்கெடுக்க ஊரையும் வீட்டையும் துறந்து வந்தவர்தான் கல்யாணி தேவி. நீண்ட நாட்கள் அவர் வார்தாவில் வசித்திருந்தார். தானே நூல் நூற்று நெய்த ஆடைகளையே உடுப்பார். பாதி வெந்த பச்சரிசிச் சோற்றை உப்புச் சேர்க்காமல் ஒரு வேளை உண்பார். நேரம் கிடைக்கும் போதெல்லாம் இராம நாமம் ஜபிப்பார். விசித்திர குணமுள்ளவரான அந்தப் பெண்மணி என்றால் வீட்டில் குழந்தைகளுக்கு ஒரே கிண்டல் தான். அவரது பாவனையையும் நடையையும், இராம நாம ஜபத்தையும் பழித்துக் காட்டிக் குழந்தைகள் சிரிப்பார்கள். ''பகலி மா'' *(பைத்தியக் காரி)* என்றொரு பேரும் இட்டனர். எந்தக் கேலிக்கும் கிண்டலுக்கும் அசையாதவராக இருந்தார் கல்யாணி தேவி. பங்கி குடியிருப்பிலுள்ள ஏதோ ஒரு குடிசையில் அவர் வசித்து வந்தார். நான் ஒரு தடவை கேட்டேன்:

''கல்யாணி தேவிக்கு ஊரில் உறவினர்கள் யாரும் இல்லையா? இந்த வயதான காலத்தில் தனியாக வாழ்வது ஏன்?''

அவர் சிரித்தார்: ''இந்தியா முழுவதும் என் ஊரல்லவா? நீங்க ளெல்லாம் என் உறவினர்கள். பிறகு பயப்பட என்ன இருக்கிறது?''

''அப்படியில்லை. சொந்தமாக வீடோ, உறவினரோ, சகோதரர் களோ இல்லையா என்றுதான் நான் கேட்டேன்'' என்று நான் விளக்கி னேன்.

அவர் கொஞ்ச நேரம் தியானத்தில் ஆழ்ந்தவர் போல் இருந்து விட்டுச் சொன்னார்:

''சொந்தம் என்பது வெறும் நினைப்புத்தான், திருமதி நாயர்! யாரும் யாருக்கும் சொந்தமில்லை. நான் கூட என்னுடையவள் அல்லவே? சந்நியாசிகள் ஆத்மத் தியாகம் செய்வது எவ்வாறென்று உங்களுக்குத் தெரியுமா? அவர்கள் தங்கள் சொந்தப் பாதங்களிலேயே பித்ரு கர்ம பிண்டத்தை அர்ப்பணிக்கின்றனர். அவர்களைப் பொறுத்த வரை அவர்கள் தமக்குள் இறந்து போனவர்கள்தாம். மற்றவர்களுக்காக வாழ்கிறார்கள். அப்படித் துறவு பூண்ட சினேகிதி ஒருத்தி எனக்கு உண்டு. ஆனால், நான் என் பாதங்களில் சுயமாகப் பிண்டம் இன்னும் சமர்ப்பிக்கவில்லை. விசாலமான இந்திய நாடு முழுவதும் என்னுடை யதுதான். இங்குள்ள மக்கள் எல்லோரும் என் சொந்தக்காரர்கள். ஒரு வேளை சாப்பாட்டுக்கு நீங்கள் தருகிறீர்கள். அதில் நான் திருப்தி உடையவளாக இருக்கிறேன். ஆனால், எனக்குப் போதும் போதும் என்றாகி விட்டது திருமதி நாயர். இங்கு நடப்பதை எல்லாம் பார்த்தும் கேட்டும் வாழ்ந்தது போதும் என்றாகி விட்டது.''

ஆழமான சோகத்தோடு அவர் தனக்குத் தானே சொல்லிக் கொண்டார்:

துறவின் அடித்தளம்

"என்னுடைய இந்தியா, என்னுடைய தாய் நாடு, உயிரைக் கொடுத்து வாங்கிய இராம ராஜ்யம், அதனுடைய நிலையை நினைக்கும் போது வேதனை ஏற்படுகிறது. நாங்கள் எதை எதை எதிர்த்தோமோ அவற்றின் மொத்த வடிவமாகி விட்டது. இன்றைய இந்தியாவில் திருட்டும், கள்ளச் சந்தையும், உட்பூசலும் பதவிப் போட்டியும் இங்கே கூத்தாடுகின்றன. திருமதி நாயருக்குத் தெரியுமா? இன்று நான் இங்கு வரும் போது வழியில் ஒரு காட்சியைப் பார்த்தேன். சுதந்திரத்திற்காக உயிரைத் தியாகம் செய்த, புகழ் பெற்ற தேச பக்தர் ஒருவரின் மகள் குடித்து ஆட்டம் போட்டுக் கொண்டு அயல் நாட்டான் ஒருவனது தோளில் தொற்றிக் கொண்டு ஐந்து நட்சத்திர ஓட்டலிலிருந்து வெளியே வருகிறாள். முக்கால்வாசி நிர்வாணக் கோலத்தில் என்னைப் பார்த்ததும் சிரித்தாள். "ஹலோ, கல்யாணி தேவி, கமான்! கம் வித் மீ. என் அப்பா பட்டினி கிடந்து செத்தார். அவர்கள் அவரைத் தூக்கில் போட்டார்கள். நான் சுகத்தை அனுபவித்து அனுபவித்துச் சாவேன். சுதந்திர பாரதத்தில் என் மரணம்! வாருங்கள். என்னோடு சேர்ந்து வாருங்கள்."

அந்த அயல் நாட்டானுடையய தோளில் தொற்றிக் கொண்டு அவள் ஆடியாடி நடந்து போவதைப் பார்த்து நான் அழுது விட்டேன். "சும்மாவா தேவிபகனைப் போன்றவர்கள் துறவிகளாகப் போனார்கள்."

தேவி பகனா?... இவ்வளவு நாட்களுக்குப் பிறகு தேவிபகனா?... கடினமான மன வேதனையை அடக்கி வைத்துக் கொண்டு நான் கேட்டேன்: "தேவிபகன் என்பது யார் கல்யாணி தேவி? அவரை உங்க ளுக்குத் தெரியுமா? எங்கே இருக்கிறார் அவர்?" அந்த முதியவள் தலையைக் குலுக்கினாள்: "என்னையே எனக்குத் தெரியுமா என்று கேட்பதைப் போலல்லவா இருக்கிறது. சேவாசிரமத்தில் அந்த அம்மா வைத் தெரியாதவர் யார் இருக்கிறார்கள்? காந்திஜிக்குப் பிறகு மற்றவர் களின் சுமைகளைத் தாங்கவும் பிராயச்சித்தம் செய்யவும் அவர்தானே இருக்கிறார். அற்புதமானது தேவிபகனுடைய வரலாறு. எப்பொழு தாவது, யாராவது, எழுதுவார்கள். எழுதாமல் இருக்க முடியாது. அத்தனை சிறப்பானது."

எங்களுடைய உரையாடலைக் கேட்டு வீட்டிலுள்ள குழந்தைகள் எல்லாம் வந்து சுற்றிலும் உட்கார்ந்து விட்டனர். எழுதப்பட வேண்டிய அந்தக் கதையைச் சொல்லிக் கேட்க வேண்டும் என்றார்கள். அவர்கள், கல்யாணி தேவிக்கு இதையெல்லாம் யாரிடமாவது சொல்ல வேண்டும் என்றிருந்ததாகத் தோன்றுகிறது. அவர் விவரித்தார்:

"திருமதி நாயருக்கு நினைவில்லையா? அன்று நாம் வளர்ந்த காலத்தில் நம் ஊரிலிருந்த நிலவரங்கள், அதைச் சொன்னால் இந்தக் குழந்தைகள் நம்ப மாட்டார்கள். கேலி செய்வார்கள். பேய்க் கதை போலத் தோன்றும் இவர்களுக்கு. அன்று பெண்கள் வீட்டை விட்டு

வெளியே வருவதும், மற்றவர்களோடு பேசுவதும், பள்ளிக்கூடம் போவதும் நடக்க முடியுமோ? நாயர், ஈழவர், நம்பூதிரி, கிறித்தவருக் குள் ஒருவரை ஒருவர் தொடுவதும் தீண்டுவதும் முடியுமா? எசமான்கள் சொல்வதைக் கேட்டு அடிமைகள் அனுசரித்து நடக்க வேண்டும். ராஜா ஆணைக்குக் கீழ் பிரஜைகள்; சக்கரவர்த்தி கீழ் ராஜாக்கள்; பெண்களை ஆண்கள் அடக்கினார்கள்; இளைஞர்களைப் பெரியவர்கள் அடக்கி னார்கள்; சமுதாயத்தைச் சம்பிரதாயங்கள் அடக்கின. இப்படிப்பட்ட நாட்டை ஆங்கிலேயர்களான மேலதிகாரிகள் அடிமைப்படுத்தினர். எல்லோரும் எல்லாவற்றையும் பொறுத்துக் கொண்டனர்.

இத்தகைய காலகட்டத்தில் அன்று காந்திஜி வந்தார். அவர் நாட்டின் உண்மையான நிலைமையை நமக்குக் காட்டினார். பிறகு சொன்னார்: ''வாருங்கள். நான் சொல்வதைக் கேட்டால் சுயராஜ்யத்தைத் தருகிறேன். அநீதியை முடிவுக்குக் கொண்டு வருவோம்; சுதந்திரத்தைப் பெறுவோம்'' மூன்று கொள்கைகள் அவரிடம் இருந்தன. சத்தியம், சமத்துவம், சுதேசியம்; மூன்றையும் கடைப்பிடிப்பதாக விரதம் எடுத்த வர்கள் நாங்கள். அதற்காக அந்நியப் பொருட்களை அழித்தோம். சுதேசிப் பொருட்களைப் பழக்கத்துக்குக் கொண்டு வந்தோம். அது வெற்றி பெறவும் செய்தது. ஆனால், திருமதி நாயர்! சுதந்திரம் கிடைத்த தும் என்ன நேர்ந்திருக்கிறது என்று பாருங்கள். உங்களுடைய தேவு கூட உடுத்தியிருப்பது வெளிநாட்டுத் துணியில் தைத்த பாவாடை, அதுவும் கறுப்புச் சந்தையில் வாங்கியதாக இருக்கலாம். தேவிபகனைப் போன்ற வர்கள் இதையெல்லாம் பார்த்து எப்படிப் பொறுத்துக் கொள்வார்கள்? மகளிர் ஆசிரமத்தில் ஒரு பெண் தெரியாமல் செய்த தவறைக் கூடப் பொறுத்துக் கொள்ளாதவர்கள் ஆயிற்றே! அவரைப் பற்றித் தெரிந்த வர்களுக்கு அது அதிசயமானதும் அல்ல.''

தேவு சொன்னாள்: ''டீச்சர் என்ன சொன்னாலும் ஒரு பழைய அறிவுரைப் பேச்சாகவே இருக்கிறது. அந்தக் காலத்தில் எல்லாம் நன்மையும் உண்மையுமாக இருந்தது. இப்போதெல்லாம் பொய்யும் பித்தலாட்டமும் ஆகி விட்டது. போகட்டும்! தேவிபகனைப் பற்றிய கதையைச் சொல்லுங்கள். அதைக் கேட்கத் தானே நாங்கள் உட்கார்ந் திருக்கிறோம்.''

கல்யாணி தேவி மெல்லத் தலையசைத்தார். பிறகு உதட்டை விரலினால் தட்டிக் கொண்டே மெல்லச் சொன்னார்: ''எல்லாம் வரிசையாகச் சொல்ல முடியாது. புராணமோ, நாவலோ அல்லவே, நடந்த கதையல்லவா? அதுவும் பல சமயங்களில் பல இடங்களில் நடந்தது. சிலதெல்லாம் ஊகமும் கேள்வியும் ஆகும். தேவி போன்ற ஒரு பெண்ணைப் பற்றிச் சொல்லும் போது சந்தேகம் வரக் கூடாது. அதைத்தான் நான் யோசிக்கிறேன். இப்போது இதைக் கூடக் கட்டுக்

கதை என்று நீங்கள் சொல்லலாம். பரவாயில்லை, கேளுங்கள், கட்டுக் கதையைவிட அதிசயமான சில உண்மைச் சம்பவங்களும் நடந்துள்ளன. இந்தக் கதையும் அப்பேர்ப்பட்ட ஒன்று.''

தொடர்ந்து கல்யாணி தேவி விவரித்த கதையின் சுருக்கம் இதுதான்.

''தேவிபகன் கேரளத்தில் மிகப் பழமையான ஒரு குடும்பத்தைச் சேர்ந்த ஒரு பெண். செல்வம், மதிப்பு, கணவர் எல்லாம் பெற்றிருந்தவர். எல்லாவற்றையும் விட்டு விட்டு நாட்டு முன்னேற்றத்திற்காகப் பாடுபடும் விருப்பத்தால் வெளியே வந்தவர். பாபுஜி அவரை மிகவும் சோதித்திருக்கிறார். குடிசைவாசிகளிடம் பணி செய்ய அனுப்பியுள்ளார். ஹரிஜனங்களுக்கு உதவி செய்ய அனுப்பியுள்ளார். கடுமையான சட்ட திட்டங்களுள்ள ஆசிரமத்தில் இருத்தி, கடினமான வேலைகளைச் செய்ய வைத்துள்ளார். குஷ்ட ரோகிக்கும் பணிவிடை செய்ய ஏவியிருக்கிறார். தேவிபகன் எப்பணியிலும் தோல்வியடையவில்லை. நெடுந் தொலைவுப் பயணம் மேற்கொண்டு தேசத்தின் மூலை முடுக்குகளில் எல்லாம் காந்திஜியின் லட்சியங்களை எடுத்துச் சொன்னதோடு மட்டு மல்ல. பின்பற்றியும் வந்துள்ளார். நல்ல உதவியாளராய் இருந்தார். அடக்கமான சேவகி. இகலோகத்தினுடைய ஆசைகள் எவையும் அந்த யுவதியைத் தீண்டவேயில்லை எனத் தோன்றுகிறது. ஒரு வெள்ளைச் சரடில் இறுகக் கட்டியிருந்த மாங்கல்யத்தைப் பிடித்துக் கொண்டு காலையிலும் மாலையிலும் நீண்ட நேரம் வரை பிரார்த்திப்பார். ஆனாலும், தேவிபகனுடைய கருத்தில் ஒரு பெண்ணுக்கு ஏற்படும் மென்மையான உணர்வுகளே கூடக் கொடிய பாவமாகப் பட்டது. கோபத்தை அவர் பொறுத்துக் கொள்வார். ஆனால், காமத்திற்கு மன்னிப்பு தரவில்லை. அதனால் அல்லவா, தான் நேசித்த ஒரு பெண் செய்த தவறுக்காக இறுதி மூச்சு வரை பிராயச்சித்தம் செய்ய அவர் துணிந்தார்.

'வெள்ளையனே வெளியேறு' போராட்டக் காலத்தில், புரட்சி யில் ஈடுபட்டு தேவிபகனின் தலையில் அடிபட்டுப் பெரிய தழும்பு இருந்தது. வலது கை ஒடிந்து தொங்கியது. நீண்ட நாள் இயற்கை வைத்தியம் செய்து கொண்ட பிறகுதான் அது குணமடைந்தது. ஆயினும் தடித்த ஒரு தழும்பு நெற்றியில் இருக்கிறது. வங்காளத்தில் யாத்திரை போன போது காந்திஜி சொல்லியிருக்கிறார்: ''தேவிபகனைப் பாருங் கள், அவருக்குக் கிடைத்த மிகப் பெரிய புகழ் முத்திரைதான் நெற்றியில் பதிந்திருப்பது. அதனால்தான் இப்பயணத்தில் நான் அவரையும் சேர்த்துக் கொண்டேன்.''

அவ்வாறு அந்தக் காலம் முடிந்ததும். காந்திஜி மறைந்தார். இந்தியாவைக் கூறு போட்ட நிகழ்ச்சியும், வகுப்புக் கலவரங்களும் எங்களில் பலரையும் சோர்வடையச் செய்திருந்தன. நாங்கள் எதிர்பார்த்

திருந்த விடுதலை இதுவல்லவே! ஆனால், தலைவன் இல்லாத படையினால் வேறென்ன செய்ய முடியும்? முன்னணியில் நின்றவர்கள் பலரும் மந்திரிப் பதவிக்கு முண்டியடித்துச் சென்று மறைந்தனர். சிலர் எம்.பி.க்கள் ஆனார்கள். வேறு சிலர் காண்ட்ராக்டர்களாகவும், கறுப்புச் சந்தைக்காரர்களாகவும் மாறிப் பணம் சம்பாதித்துச் சுகபோக வாழ்க்கை நடத்தினர். மதுவிலக்கு இருந்த நாட்டில் குழாயிலேயே போதைப் பொருட்கள் கொட்டிக் கொண்டிருக்கிறது அல்லவா? தேவிபகன் எதற்கும் தளராமல் முன்னேறிச் சென்று கொண்டிருந்தார். பாத யாத்திரை சென்ற ஒரு யோகியுடன் அவர் கொஞ்ச நாள் உடன் சென்றார். அகதிகள் சேவையில் ஈடுபட்டார். அதற்குப் பிறகு பெண்கள் ஆசிரமத்தில் தொண்டு புரியலானார். சுக போக வாசனையின் காற்று ஆசிரமத்தில் இருந்தவர்களையும் ஈர்த்த காலம். அவர் ஆசிரம விதிகளைக் கடுமையாகச் செயல்படுத்தினார். ஒழுக்கமில்லாத ஒரு தலைவர் ஆசிரமத்திற்கு வருவதற்கு அவர் ஒரு தடவை தடை விதித்தார். ஆசிரம நிர்வாகக் குழுவிலுள்ள ஒருவருடைய பையிலிருந்த சீப்பையும், ஹேர் ஆயிலையும், பௌடரையும் எடுத்துத் தூக்கி எறிந்தார்.

சமூக சேவகர்களான இளைஞர்களோடு கண்டிப்புடன் நடந்து கொண்டார். ஆனால், இதற்கிடையிலும் தேவிபகனுக்குச் சில தனிப்பட்ட பலவீனங்கள் இருந்தன. குறிப்பிட்ட தன்மை உடையவர்களை அவர் மிகவும் விரும்பினார். பிடித்துப் போனவர்களை நம்பி விடுவார். நம்பியவர்களுக்காக உயிரைக் கூடத் தியாகம் செய்வார்.

ஆசிரமத்தில் அனாதையான ஓர் இளம் பெண் வசித்து வந்தாள். மேற்குப் பாகிஸ்தானிலிருந்து வந்தவள். நல்ல பொன்னிறம். நம் திருமதி நாயரைப் போல இருந்தாள். திருமதி நாயருடைய முகச் சாயலும் ஏறக்குறைய அவளுக்கு இருந்தது. உயர்ந்த மூக்கும் நீண்ட கண்களும் சேலான செம்பட்டைத் தலை முடியும் அவளுக்கு இருந்தன. தேவிபகன் அவளைத் 'தங்கம்' என்று பெயரிட்டு அழைத்திருந்தார். அவருக்கு மிகவும் பிடித்த பெயராம் அது! பால் போன்ற தூய்மையும், சாந்தமும், அன்புள்ளமும் கொண்டவளாக இருந்தாள் தங்கம். பிரார்த்தனைக் கூட்டங்களில் அவள் இனிமையாகப் பாடுவாள். சமூகப் பணிகளில் பங்கெடுப்பாள். ஒரு நிமிடம் கூட வீணாக்காமல் ஓயாது வேலை செய்து கொண்டிருப்பாள். தேவிபகனுக்கு எல்லாக் கடமைகளிலும் ஒத்தாசை செய்பவளாக இருந்தாள். அவ்விளம் பெண். அவளுடைய நற்குணத்தைப் பற்றி யாரும் சந்தேகப்பட்டதே இல்லை.

அவ்வாறு இருக்கும் போது தென்னாட்டைச் சேர்ந்த ஓர் இளைஞன் ஆசிரமக் காரியங்களுக்கு உதவியாக வந்து சேர்ந்தான். வெளுத்துச் சிவந்த நிறமும் சுருண்ட முடியும் உள்ள சற்று குள்ளமான இளைஞன். அவன் நீண்ட நாள் தேச சேவையில் தன்னை ஈடுபடுத்திக் கொண்டவன் என்று சொல்லிக் கொண்டு கிராமங்களில் சமுதாய இயக்

கங்கள் நடத்தியவன். நன்றாகப் பாடுவான்; நன்றாக நடிப்பான்; சொற்பொழிவு செய்வான். அவனே எழுதிய நாடகங்களை அவனே இயக்கி அரங்கேற்றி இருக்கிறான்.

தேவிபகனுக்கு அந்த இளைஞனைப் பிடித்திருந்தது. அவருக்குத் தெரிந்த எவருடைய தோற்றமாவது அவனுக்கு இருந்ததோ என்னவோ? எவ்வாறாயினும் கிராம மறுமலர்ச்சிக்கு வேண்டி அவன் தயாரித்த நாடகத்தில் கதாநாயகியாக நடிக்கத் தங்கத்தை அனுப்புவது என்ற எல்லை வரை அவர் விட்டுக் கொடுக்க முன்வந்தார். அவர் சொல்வார்: ''அருணைப் போன்ற நேர்மையான சமூக சேவகர்களை நிராசைப் படுத்துவது கொடுமை. அவனைப் போலப் பத்து இளைஞர்கள் இருந்தால் போதும். நாடு உருப்படும். எவ்வளவு நேர்மையான இளைஞன்!''

அருணன் என்பது உண்மைப் பெயரல்ல என்றும் அவன் யாரோ ஒருவரது ஒற்றன் என்றும் நயவஞ்சகன் என்றும் அன்றே சிலர் முணுமுணுக்காமல் இருக்கவில்லை. ஆனால், ஊரார் எல்லோருக்கும் பிடித்திருந்த அந்த நல்ல இளைஞனைச் சந்தேகிப்பதும் கூடப் பாவம் - கல்யாணி தேவி தலையாட்டிக் கொண்டு தொடர்ந்தார்:

''முணுமுணுத்தவர் சொன்னது சரிதானென்று இன்று தோன்றுகிறது. கொஞ்ச நாள் சென்ற பின் எதிர்க் கட்சியின் தலைவனும் இலக்கியவாதியும், பிரமுகனுமான அவன், என்னிடம் கூறினான்: 'லட்சியம் மார்க்கத்தை நியாயப்படுத்தும் என்பது என்னுடைய நம்பிக்கை. கல்யாணி தேவி தேவிபகனிடம் அப்படி ஒரு பொய் சொல்லவில்லை என்றால் அன்று எனக்கும் பாதுகாப்பான இடம் கிடைத்திருக்காது. என் தவறல்ல அது. நான் உணர்ச்சி வசப்படுபவனாக இருந்தேன். என்னுடைய பலவீனத்தால் நல்ல பெண்மணியினுடைய வாழ்க்கையைக் கூட அழித்து விட்டேன்.''

ஆமாம் தலைமறைவாய் இருந்த ஒரு புரட்சிக்காரனைத் தேடிப் போலீஸ் ஆசிரமத்தை வளைத்துக் கொண்ட போதும், அருணனுடைய பையிலிருந்த தடை விதிக்கப்பட்ட இலக்கியங்களும், வெடி மருந்துப் பொருட்களும் கண்டுபிடிக்கப்பட்ட போதும் தேவிபகன் அயர்ந்து போய் விடவில்லை. அவனை ஒளித்து வைத்திருந்தது எங்கே என்ற கேள்விக்கு மட்டும் பதில் சொன்னார்: ''நாங்கள் காந்திஜியின் சீடர்கள். பாதுகாப்பு தேடி வருபவர்களுக்கு அடைக்கலம் கொடுக்க வேண்டுமென்று காந்திஜி சொல்லியிருக்கிறார்: அவன் நல்லவனாகத் தெரிந்தான். நல்ல தொண்டனாகவும் இருந்தான். நகரத்திற்கு ஒரு முக்கியமான வேலையாகப் போக வேண்டுமென்று சொல்லி நேற்றுப் பையை இங்கே வைத்து விட்டுப் போனான். அதற்கு மேல் எதுவும் தெரியாது.''

தேவிபகனின் அந்தஸ்தை எண்ணியே இந்த வழக்கில் போலீஸ் நடவடிக்கை எடுக்கவில்லை. காங்கிரஸ் தலைவர்களில் பலருக்கும்

அவரைத் தெரியுமல்லவா? இது போன்ற நிகழ்ச்சிகள் தொடரலாகாது என்ற கடுமையான எச்சரிக்கை மட்டும் கிடைத்தது. ஆனால், இத்துடன் ஆசிரமப் பணிகள் செயலற்று நின்று விட்டன. அச்சம், சந்தேகம், செயலற்ற நிலை. ஆசிரமவாசிகளில் பலரும் பிரிந்து செல்லத் தொடங்கினர். ஆனால், தேவிபகன் துறவியானது இக்காரணங்களால் என்று கூறுவதற்கு இல்லை.

ஆசிரமத்தில் வழக்கமான காரியங்கள் நடந்தன. பிரார்த்தனையும், நூல் நூற்பதும், நெசவு வகுப்பும் நன்றாக நடந்தன. சில நாட்களாகத் தங்கத்திற்கு உடல் நிலை சரியில்லாமல் இருந்தது. தலை சுற்றலும், வாந்தியும், மயக்கமுமாக இருந்தன. நாட்டு வைத்தியனின் சிகிச்சையில் அவள் அறையில் படுத்துக் கிடந்தாள்.

ஒரு நாள் அதிகாலையில் வழக்கம் போல் தேவிபகன் அவளைப் பார்க்கப் போன போது கண்டது என்ன தெரியுமா? இரத்தத்தில் புரண்டு துடிக்கின்ற ஒரு பச்சைக் குழந்தையின் கழுத்தை நெரித்துக் கொண்டு தங்கம் உட்கார்ந்திருக்கிறாள். அவளுடைய கண்கள் மின்னிக் கொண்டு இருந்தன. பற்களைக் கடித்துக் கொண்டிருந்தாள். பைத்தியக்காரத்தனமாக உதடுகளில் கோணல். தாருகளின் கழுத்தைத் திருகி இரத்தம் குடிக்கின்ற பத்ரகாளியின் முகபாவம். தேவிபகன் எட்டிப் பார்த்தார்; நடுங்கிப் போய் விட்டார்.

கலகலப்பான குரலில் தங்கம் சொன்னாள்: "நான் என்னுடைய தவறுக்குப் பிராயச்சித்தம் செய்கிறேன் மாதாஜி. நான் தவறு செய்து விட்டேன். நான் பாவி, நான் போய் விடுகிறேன். தவறைத் தவறினாலேயே சரி செய்வேன். என் தந்தையையும் தாயையும் கழுத்தை நெரித்துக் கொல்வதைப் பார்த்திருக்கிறேன். என்னுடைய அண்ணியை அய்யோ... அந்தக் கொடுமைக்கு இந்தக் குழந்தையை இரையாக்க மாட்டேன். அதற்காவது மோட்சம் கிடைக்கட்டும்."

கொஞ்ச நேரம் உறைந்து போய் நின்ற பின்னர் தேவிபகன் சொன்னார்: "வேண்டாம், தங்கம். நீயல்ல, நான் தவறு செய்தவள். நான் இதைப் புரிந்து கொண்டிருக்க வேண்டும். எச்சரிக்கையாக இருந்திருக்க வேண்டும். இந்த ஆசிரமத்தில் நிகழ்ந்த எல்லாத் தவறுகளுக்கும் பிராயச்சித்தம் செய்ய வேண்டியவள் நான்தான்; நான் மட்டும்தான். வாழ்நாள் முழுவதும் தவம் செய்து இந்தக் கறையைக் கழுவி விடுவேன் நான்."

இவ்வளவும் சொல்லி விட்டு தேவிபகன் அங்கிருந்து வெளியே போய் விட்டார். அவர் தன்னைத் தானே வதைத்துக் கொள்ள ஆரம்பித்து விட்டார். பல நாட்கள் பட்டினி கிடந்தார். தீர்த்த யாத்திரையாகப் போனார். புனித நீராடினார். இறுதியில் இப்போது சுவாமி சுத்தானந்த சரஸ்வதியுடைய ஆசிரமத்தில் இருக்கிறார் என்று கேள்விப்பட்டேன். அவர் தானே ஒரு தேவியாக *(கடவுளாக)* மாறி இருக்கிறார்.

எவரையோ நினைத்துக் கை கூப்பி வணங்கி விட்டு, கல்யாணி தேவி வேகமாக வெளியே போய் விட்டார். திருமதி நாயர் அன்று யாரை நினைத்தாரோ தெரியவில்லை. நெடுநேரம் தியானத்தில் மூழ்கி இருக்கலானார்!

14. அணையாத அனல் கொழுந்துகள்

உச்சி வெயிலில் வெப்பக் கடுமையில் மங்கிப் போன சித்திரங் களுக்கு எல்லாம் அந்திப் பொழுது மீண்டும் நிறங்களைப் பூசிற்று. முதுமையின் வளர்ச்சி என்றும் பின்னோக்கியே இருக்கும். தேவு வளர்ந்து வந்த போது தான் திருமதி நாயருக்கு இது தெளிவானது. அவ ளுடைய குழந்தைப் பருவம் அவருடைய குழந்தைப் பருவத்தை நினைவூட்டியது. எல்லாப் பேரக் குழந்தைகளையும் போலவே அவள் பாட்டியோடு ஒட்டிக் கொண்டாள். சாப்பிவது, தூங்குவது, குளிப்பது. எல்லாம் பாட்டியோடுதான். இரவுச் சாப்பாட்டை முடித்துக் கொண்டு படுக்கையறைக்குப் போனதும், அவள் பாட்டியின் கழுத்தைக் கட்டிப் பிடித்து நெஞ்சில் தலை சாய்த்துக் கெஞ்சுவாள். ''ஒரு கதை சொல் லுங்கள் பாட்டி. ப்ளீஸ், ஒரு கதை சொல்லுங்கள்! எனக்குத் தூக்கமே வரவில்லை.''

ஒரு முறை கேட்ட கதையை மறு முறை கேட்பதும் அவளுக்குப் பிடிக்காது. படித்த, கேட்ட கதைகளின் சேமிப்பு முழுவதும் தீர்ந்த போது திருமதி நாயர் தான் தன் சொந்தப் பழங்கதைகளை நினைத்தார். கற்பனையின் ஒளியும் அனுபவங்களின் அபூர்வ லாவண்யங்களும் உள்ள சிறு சிறு சம்பவங்களை அவர் சொல்ல, அவள் நன்றாகக் கேட்டுக் கொண்டிருப்பாள். 'செங்க நாட்டுக் கோயிலில் திருவிழா, மனையில் யானை மதம் பிடித்து ஓடி யானைப் பாகனையும் மற்றும் சிலரையும் குத்தி விட்டு, கச்சேரி மாளிகையின் முன்னால் வந்து பயங் கரமாகப் பிளிறியது. செங்க நாட்டுக் கிராமமே நடுங்கியது. மக்கள் அங்குமிங்கும் ஓடினர்.''

''ஒருவன் கூடத் துணிவோடு அதன் அருகில் செல்லவில்லை. துப்பாக்கியால் சுடுவதைத் தவிர வேறு வழியில்லை என்ற நிலை வந்த போது அப்பா செங்க நாட்டப்பனைக் கும்பிட்டு விட்டு ஒரு வாழைக் குலையை எடுத்துக் கொண்டு யானையின் அருகில் சென்றார். ''கங்கா தரா'' என்று ஒரே குரல்தான் கொடுத்தார். யானை திரும்பிப் பார்த்தது. தலையைத் தாழ்த்தியது. நீட்டிய தும்பிக்கையில் அப்பன் நம்பூதிரி பழக் குலையைக் கொடுத்தார். அதன் பிறகு செங்க நாட்டு வட்டாரத்திலுள்ள அத்தனை வாழைக் குலைகளையும் தின்று முடிப்பதற்குள் தந்திரமாக யானைப் பாகன் யானைக்குத் தளை போட்டு விட்டான். அவ்வளவு

பெரிய வீரர் உங்களுடைய தாத்தா'' என்பார். தாணியாற்றில் முதலைகள் கட்டு மரங்களையும் சிறு படகுகளையும் வாலினால் வீழ்த்தி மனிதரை விழுங்கும் கதை. ஊரில் அம்மை பரவிய போது, அம்மன் பூசாரி சிவந்த பட்டு உடுத்தி, காலில் சலங்கை கட்டி, கையில் வாளெடுத்து, 'ஹிய்யோ, ஹிய்யோ' என்று கூவிக் கொண்டு நடந்த கதை எல்லாம் தேவுக்கு மிகவும் பிடித்திருந்தன.

திருவாதிரையின் போது சுவையான கனி தரும் மாமரத்தில் ஊஞ்சல் கட்டி அதில் தன்னையும் மடியில் வைத்து உண்ணியண்ணன் விளையாடிய கதையைக் கேட்ட போது மட்டும் தேவு சொன்னாள்: 'பாட்டி! ஊருக்கு என்னை அழைத்துப் போவீர்களா? உண்ணி மாமாவைப் பார்க்கணும். நானும் அது போல ஊஞ்சல் ஆடணும்.'' அவளுக்கு அப்போது எட்டோ, பத்தோ வயது இருக்கும். நினைத் ததைப் பெற வேண்டும் என்ற பிடிவாதம். அப்படித்தான் அன்றொரு நாள் அவர்கள் ஊருக்குப் போனார்கள். நாயர் வீடு பாகப் பிரிவினை செய்யப்பட்டிருந்தது. உறவினர்கள் என்று சொல்லும்படி யாரும் அதிகமில்லை. ஆனால், இப்பிறவியில் உறவுகளை உருவாக்கிய வினைத் தொடர்புகள் உண்டல்லவா. அவைகளுக்கு விளக்க முடியாத ஈர்ப்புண்டு. அப்பாவின் வீட்டில் தம்பி நம்பூதிரி புகழ் மிக்கவராய் வாழ்ந்து கொண்டிருந்தார். பைத்தியக்காரச் சித்தியும் தண்ணீர்ப் பிசாசுப் பாட்டியும் எப்போதோ இறந்து மண்ணில் புதைந்து போய் விட்டார்கள். தம்பி தன்னுடைய புதிய எஸ்டேட்டைப் பற்றியும் மருமகனின் உயர்ந்த பதவி பற்றயும் மகனைச் சீமைக்கு அனுப்பப் போவதைப் பற்றியும் பேசினார். புதிய விருந்தினர் மாளிகையில் தடபுடலான விருந்தும் ஏற்பாடு செய்யப்பட்டிருந்தது. விருந்து உபசரிப்பு எல்லாம் ஒழுங்கு படுத்தப்பட்ட முறையிலும் கடமை என்ற முறையிலும் இருந்தது. உண்ணியண்ணன் எங்கே என்று கேட்ட போது மட்டும் சொன்னார்:

''அண்ணன் செங்க நாட்டு அப்பனின் கோயிலில் தண்டனிட்டு பக்திப் பாடல் பாடிக் கொண்டிருப்பார். கூடவே கண்டவன் கடியவன் களும் இருப்பார்கள். தலைக்கு நல்ல கிறுக்கு; சிகிச்சை தரக் காலம் கடந்து விட்டது.''

தம்பியண்ணன் முன்பும் இதே பாணி ஆசாமிதான் என்பதை நினைத்துக் கொண்டார். முன்பு ஒரு முறை தில்லிக்கு வந்திருந்த போது சொன்னார்:

''நான் யுத்த நிதிக்கு ஐயாயிரம் கொடுத்தேன் தங்கம்!''

அவர் கேலி செய்தார்: ''எதுக்குக் கொடுத்தீர்கள். ஏதாவது ஏழை களுக்குக் கொடுத்திருக்கக் கூடாதா? புண்ணியமாவது கிடைத்திருக்குமே.''

தம்பியண்ணன் சொன்னார்: ''தங்கத்துக்கு என்ன தெரியும்! ஒரு ராவ்பகதூர் பட்டம் பெறுவேன். உண்ணியண்ணனைப் போல

புண்ணியம் பெறுவதற்கல்ல பணம். நான் வசதிகளை அடைவேன். அதற்குக் கொஞ்சம் பட்டமும் பதவியும் வேணும்.''

அன்று பட்டு வேட்டியும் பட்டுச் சேலையும் தொப்பியும் தரித்திருந்த கோலம்! ஆங்கிலேயரின் ஆட்சிக் காலம்.

சுதந்திரம் கிடைத்து, காங்கிரஸ் ஆட்சி செய்யும் காலத்தில் மீண்டும் ஒரு முறை காண நேர்ந்தது. கோலம் அப்போது நிறைய மாறிப் போயிருந்தது. கெட்டிக் கதர் சட்டை, வேட்டி, சால்வை, நேராக வீட்டுக்கு வந்து கொண்டிருந்தார். பார்த்ததும் சொன்னார்: ''தங்கம், அதிர்ஷ்டசாலிதான். கணவருக்கு உயர்ந்த பதவி! பிள்ளைகளுக்கு நல்ல வேலை! சொந்த வீடு! சம்பாதித்துக் குவிக்கிறார்கள். இல்லையா?''

தொடர்ந்து கேட்டார்: ''நான் இப்போது வந்தது எதற்குத் தெரியுமா? இப்போது அரசாங்கத்தில் தியாகிகளுக்கு நிதி, தாமிர பத்திரம் என்று ஏதேதோ இருக்கிறதாகச் சொன்னார்கள். அண்ணி நிறையச் சுதந்திரத்துக்காக பாடுபட்டிருக்கிறார்களே! அவருடைய பெயரைப் பயன்படுத்தி நானும் கொஞ்ச நாள் சிறையில் கிடந்ததாகச் செய்து தரணும். தங்கத்தினுடைய வீட்டுக்காரர் தலைமைச் செயலகத் தில் இருக்கிறார் அல்லவா? அவர் ஏதாவது உதவி செய்தால் வயதான காலத்தில் ஒரு பெருமையும் மதிப்புமாக இருக்கும்.''

அப்பேர்ப்பட்ட ஆள் தம்பியண்ணன். அவருக்கு ஆச்சரியம் ஏற்படவில்லை. இல்லத்திலிருந்து இறங்கி மெல்லக் கோயிலுக்குப் போனார். மனம் துடித்துக் கொண்டிருந்தது. தலையைக் குனிந்து கொண் டார். கடுமையான குற்ற உணர்வு. ''நீண்ட நாள் கழித்து வந்திருக் கிறேன். என்னவெல்லாம் மாற்றங்கள்! கோயிலின் மேற்கூரை மீண்டும் சிதையத் தொடங்கியிருந்தது. ஆல மரத்தின் கிளைகள் ஒடிந்து தொங்கிக் கொண்டிருந்தன. ஐந்து வேளை பூசையும் மூன்று வேளை சுவாமி ஊர்வலமும் நடந்து வந்த கோயிலில் இப்போது இரண்டு நேரம் தலை வாழை இலையில் தண்ணீர் மட்டும் தெளித்து நைவேத் தியம் வைக்கிற அளவுக்கு எல்லாம் நின்று போய் விட்டன.

யானைக் கொட்டகையில் ஒரு குத்து விளக்கு ஏற்றி வைக்கப் பட்டிருந்தது. சுற்றிலும் சில கிராமியச் சிறுவர்களும் முதியவர்களும் இருந்தனர். குத்து விளக்கின் முன் சம்மணமிட்டு அமர்ந்து உண்ணி யண்ணன் பாகவதம் படித்துக் கொண்டிருந்தார். அவர் மிகவும் இளைத்துக் காணப்பட்டார். குடுமி நரைத்திருந்தது; கண்கள் குழி விழுந் திருந்தன. ஆனால், ஆச்சரியப்படும் வகையில் பொலிவும் ஒளியும் கூடி இருந்தன. அவளுடைய உண்ணியண்ணன், பரம்பொருளில் லயித்து இறைவனோடு ஒன்றி வாழ்கின்ற ஒரு யோகியைப் போலத் திகழ்ந்தார். ஸ்ரீ சுகப் பிரம்ம ரிஷியின் உரைப் பெருக்கை அவருடைய மென்மை யும் இனிமையும் கலந்த குரலிலே ஓதிக் கொண்டிருந்தார்.

''அஹோ பாக்யம் அஹோ பாக்யம், நந்தகோப வ்ரஜௌகசரம்
யன்மித்ரம் பரமானந்தம் பூர்ண ப்ரம்ம சநாதனம்.''

''ஆயர்பாடிவாசிகளின் நற்பேறு வியப்புக்குரியதுதான். அவர்களுடைய நண்பனாய் இருப்பது - பூர்வ பிரம்மம் - பகவானே அல்லவா?''

தீவிரமான பக்தி மயக்க போதையில் உண்ணியண்ணனின் குரல் நடுங்கிக் கொண்டிருந்தது. கண்களில் நீர் நிறைந்து வழிந்தது. கேட்பவர்களும் கண்களைத் துடைத்துக் கொண்டிருந்தனர். அங்கு சாட்சாத் செங்கநாட்டப்பனே கண்ணீர் விட்டுக் கேட்டுக் கொண்டிருப்பதாகத் தோன்றுகிறது. பார்த்துக் கொண்டே நின்ற போது அவளுடைய கண்களும் இதயமும் பொங்கி வழிந்து கொண்டிருந்தன. தொண்டை அடைப்பதை மறைத்துக் கொண்டு திருமதி நாயர் அழைத்தார்.

''உண்ணியண்ணா!''

அவர் தலையைத் திருப்பிப் பார்த்தார். உடனே அடையாளமும் தெரியவில்லை போலும். வயதும், காலமுமாகிற, எத்தனை பெரிய வெள்ளம் தங்களிடையே கடந்து போய் விட்டது. பதினாறு வயதில் பிரிந்து போன செல்லத் தங்கை, அறுபத்தி ஐந்து வயதில் திரும்பி வந்து தன் மகன் கையையும் மகளின் கையையும் பிடித்துக் கொண்டு, 'உண்ணியண்ணா' என்று அழைத்தால், அடையாளம் காண்பது சிரமம்தான், இல்லையா, உண்ணியண்ணா?

ஓ... அந்தக் கண்கள் அதோ விரிகின்றன. உதடுகள் பிரிகின்றன. கன்னக் கதுப்புகள் துடிக்கின்றன. உலகில் இன்பம் என்று சொல்லப் படுவது எதுவோ, அதன் எல்லையையே அடைந்தவராக உண்ணியண்ணன் குதித்தெழுந்து அவர் அருகில் வந்து நின்றார்.

''யார் தங்கமா அது! தங்கமா வந்திருக்கிறாய்? என்னுடைய செல்லத் தங்கச்சி! தங்கம் என்னை மறக்கவில்லை!'' அவர் என்னை ஆரத் தழுவி உச்சி மோந்தார். காலம் அதனுடைய அச்சில் பின்னோக்கிச் சுழன்று ஐம்பது ஆண்டுகள் பின்னே நகர்ந்து விட்டது. ''தேவு! பார்த்தாயா? உனக்குப் பொறாமையா இருக்கிறதா? இது உன்னுடைய மாமன் தான் கண்ணே! பெரிய மாமன் உண்ணி மாமன்! நமஸ்காரம் பண்ணு.''

முழங்காலிட்டுத் தலை குனிந்து வணங்கிய பேரக் குழந்தையை உண்ணியண்ணன் வாரி எடுத்தார். முத்தமிட்டார். அவளுடைய தலையை நெஞ்சோடு அணைத்துக் கொண்டார். தான் குழந்தையாக இருந்த போது உண்ணியண்ணனின் இந்த மார்பில் தலை வைத்துத் தூங்கியிருந்ததை திருமதி நாயர் நினைத்துக் கொண்டார். அவர் சொன்னார்:

''வரலாறு திரும்புகிறது உண்ணியண்ணா. இவள் என்னுடைய மகனின் மகள் தேவு. பெயர் வைத்தது நான் தான். தேவு! தேவகி... நன்றாக இருக்கிறதல்லவா?''

அண்ணன் ஏதோ புனித நிலையில் ஆழ்ந்து ஒரு நிமிடம் நின்றார். பிறகு குழந்தையின் நெற்றியில் தடவிச் சொன்னார்: ''ரொம்ப நல்லது தங்கம்! மிகப் பொருத்தம். ஸ்ரீ கிருஷ்ண பரமாத்மாவின் அம்மா பெயர் அல்லவா? நம் எல்லோருக்கும் மிகவும் பிடித்த பெயர்... அப்புறம்...''

அண்ணன் அந்த வார்த்தையை முடிக்கவில்லை. ஆனாலும் அதனுடைய அர்த்தம் முழுமையாக இருந்தது. தேதியண்ணியைப் பற்றி அவர் ஒன்றும் பேசிக் கொள்ளவில்லை. ஆனால், இவருடைய மனதிலும் நிறைந்திருந்தது அந்தப் பெயர்தான். புறப்படும் நேரம் வந்த போது அவர் சொன்னார்: ''என்னுடன் வந்து விடுங்கள் உண்ணி யண்ணா! அண்ணனை அழைத்துச் செல்லத்தான் வந்தேன். குழந்தைப் பருவத்தில் ஒன்றாக இருந்தோம். வயதான காலத்திலும் ஒன்றாக இருக்கலாம். நாம் காசி, ஹரித்துவார், ரிஷிகேசம் போன்ற இடங்க ளுக்கு எல்லாம் போகலாம். இழந்து விட்ட சந்தோஷங்கள் திரும்பக் கிடைத்து விட்டால்...''

அண்ணன் தலையாட்டினார்: ''இல்லை தங்கம். அது வேண்டாம். எனக்குத் தெரியும். நீ என்னிடம் வைத்திருக்கும் பாசம், உன்னைவிட என்மீது அன்பு செலுத்துவோர் யாரும் இல்லை. ஆனால், நான் காலம் முடிந்தவன். அர்த்தமற்ற சில நம்பிக்கைகளுக்காக வாழ்க்கையின் இனிமையைத் தொலைத்து விட்டேன். ஆனால், பதிலுக்கு ஒன்று கிடைத்தது. ஆண்டவன் வழியாகப் பிரபஞ்சத்தை நேசிக்கும் பேறு. மனிதனும் ஆண்டவனும் ஒன்றுதான் என்று இன்று உணர்ந்து கொண் டேன். கை விட்டுத் தொலைந்தது எல்லாம் இங்கு எனக்குத் திரும்பக் கிடைக்கின்றன. இனிமேல் தீர்த்தங்கள் எதற்கு? மோட்சம் எதற்கு? எங்கும் இருக்கும் பகவான் என்னுடன் இருக்கிறானே.''

சற்றே நிறுத்தி அவர் கேட்டார்: ''தங்கம், தம்பியைப் பார்த்தாயா?''

''உம்... தடபுடலான வரவேற்பு.'' கடைசியில் அவர் சொன்னார்: ''அண்ணனுக்குக் கிறுக்காம், சிகிச்சை அளிக்கக் காலம் கடந்து விட்டதாம்.''

''உண்மைதான் தங்கம். நான் பைத்தியக்காரன். சொத்தும் சொந்த பந்தமும் வேண்டாமென்று ஒதுக்கித் தள்ளி விட்டு இந்த இடிந்து தகர்ந்த கோயிலில் விழுந்து கிடக்கின்ற நான் பைத்தியம் இல்லாமல் வேறென்ன? ஆனால், என் பைத்தியம் பக்தி பைத்தியம்; தம்பிக்குப் பணத்தின் மேலும் புகழின் மேலும். இன்னும் சிலருக்கு தேச சேவை யில். பைத்தியமில்லாமல் இந்த உலகத்தில் எந்தத் தலைமுறை இருந் திருக்கிறது?... பகவானே! பக்தவத்சலா! காப்பாற்று அப்பா!'' இவ் வளவும் சொல்லிய பின் அவர் பூஜைக்கு வைத்த பூவும், சர்க்கரையும், தேங்காய்ப் பூவும் எடுத்து தேவுவின் கையில் கொடுத்தார். ''என்னால் தர

முடிந்த பிரசாதம் இதுதான் கண்ணே, அன்பு செய்... அன்பு செய். ஆண்டவனிடமும் மனிதனிடமும் அன்பு காட்டு. அன்பு பிரிவுத் துயரம் தெரியாதது என்று பகவான் சொல்லுகிறார். நீ புண்ணியவதி ஆகணும்.'' திரும்பும் போது அவர் உள்ளம் நிறைந்திருந்தது. ''உண்ணி யண்ணன் வாழ்க்கையில் சத்தியத்தைக் கண்டிருக்கிறார். தேதியக்கா அதைத் தேடிக் கொண்டிருக்கிறார். நானோ? எனக்கு அதை அடையும் அதிர்ஷ்டம் இருக்கிறதா?''

அந்தப் பயணத்தில் மற்றொரு சந்திப்பும் மறக்க முடியாதது. பி.கே.பி. என்று அழைக்கப்படுகின்ற புதுசேரி குட்டன் நம்பூதிரி நாயர் வீட்டுக்கு வந்து அவரைப் பார்த்தார். அவர் திருமதி நாயருக்குச் சம்பந்தப்பட்ட ஒரு கோயிலில் புரோகிதராக இருந்தார். மகனுடைய மகன் பள்ளி இறுதி வகுப்பில் தேர்ச்சியடைந்திருக்கிறான். ஒரு வேலை கொடுத்து உதவ வேண்டுமாம்.

முன்பொரு காலத்தில் தான் வீரக் காதலனாகப் போற்றியிருந்த அந்தப் புரட்சியாளனைப் பார்த்து அவர் பெருமூச்செறிந்தார். வாழ்வின் ஏமாற்றங்கள் பரிசாகக் கொடுத்த கூனலுடன் கருத்துச் சிறுத்து நரைத்த வயோதிகப் பிராமணன். அறப்போரில் ஏற்பட்ட அநேகக் காயங்களின் தழும்புகள் முகத்தில் இருக்கின்றன. அவர் வளர்த்து ஆளாக்கிய சகோதரியின் தீர நெஞ்சத்தை நினைத்த போது அவரிடம் மதிப்பு ஏற்பட்டது. அவரிடம் கேட்டார்:

''பழைய சுதந்திரப் போர் வீரர்களுக்குத் தியாகிகள் பென்ஷனும் பட்டயமும் கொடுக்கிறார்கள். நீங்கள் அதில் நிறைய ஈடுபட்டிருந்தவர் ஆயிற்றே, விண்ணப்பம் போட்டிருக்கலாம் அல்லவா?''

அவமானப்படுத்துகிற ஏதோ ஒன்றைக் கேட்டது போலத் திடுக்கிட்டார் அவர். எழுந்திருந்தார். பின்னர் வெடித்துச் சீறுவது போல், ''நான் பிச்சைக்காரனாக வரவில்லை. நேத்தியாரம்மா, எனக்கு யாரு டைய பிச்சையும் வேண்டாம். தியாகத்துக்குப் பரிசு வேண்டுமென்றால் அன்று தூக்கில் ஏறியிருக்கலாமே? தேச சேவையின் உண்மையான பலன் அதுதான். இன்று நான் ஏழையாய் இருக்கிறேன். நான்கைந்து குழந்தைகளும் குடும்பமும் இருக்கின்றது. ஆயினும் முடிந்த வேலையைச் செய்து பிழைக்கிறோம். தொழிலில் உயர்வு தாழ்வு இல்லை. இலட்சியங்களை விற்றுக் காசாக்குவது போல ஒரு கேவலம் ... என்னை அதில் சேர்க்க வேண்டாம். நான் போகிறேன் வணக்கம்!...''

அவருடைய கட்டையான நரைத்த முடி சிலிர்த்து நின்றது. கண்கள் ஜொலித்தன. கோபத்தை அடக்க முடியாமல் வெளியேறி வேக வேகமாகப் போனார். பார்த்துக் கொண்டே நிற்கும் போது, தான் எந்த ஒரு ஆடவனையும் இத்தனை தீவிரமாகக் காதலித்ததும் இல்லை என்று அவருக்குத் தோன்றியது.

''பாட்டி...! தலை வலிக்கிறதா? கொஞ்சம் மருந்து தடவட்டுமா நெற்றியில்?'' மிக மென்மையான ஒரு கையின் ஸ்பரிசம், குளிர்ச்சி, ஆனந்தம்! அனுபவித்துப் படுத்திருந்தார் அவர். கடந்த கால வேதனை நினைவுகள் மறைந்து போகின்றன. இவ்வளவு இனிமையான ஒரு பேரக் குழந்தை இருக்கும் போது நான் எதற்குக் கவலைப்பட வேண்டும். துக்கத்தின் பனித் துளிகள் மனதில் கிடந்து உறைந்து, நாட்கள் செல்லச் செல்ல முத்தாக மாறுகின்றன. இதனால்தான் கையைப் பிடித்துக் கண்ணில் வைத்து வெகுநேரம் அப்படியே கிடந்தார். முன் தலைமுறையின் மோட்சத்தையும் வரும் தலைமுறையின் வளர்ச்சி யையும் இந்தக் கைகளில் அல்லவா விதி ஒப்படைத்துள்ளது. அதற்கு வேண்டியல்லவா இங்கு வந்திருக்கிறோம்? திடீரென எதையோ நினைத்துக் கொண்டது போல் அவர் கேட்டார்:

''தேவு! பாட்டியின் பையில் அந்தப் பொட்டலம் இருக்கிறதா பார். அதைக் கவனமா வச்சிருக்கணும். புதையல் அது!''

15. புதையல்

''உருக்கிடுவான் - கண்ணீரில் முழுகவிட்டு
எடுத்திடுவான் எல்லா உலகும் தந்த சிற்பி
மனித இதயமாம் தங்கத்தை -
ஏதோ அணிகலனாய் உருவாக்கவே.''

நினைவுகளுக்கு அப்பால் எங்கிருந்தோ ஒரு பழைய கவிதையின் வரிகள் ஓடி ஓடி வருகின்றன. யாருடைய வரிகள் இவை? வள்ளத் தோளினுடையதா? உள்ளூரினுடையதா? ஆசானுடையதா? அல்லது நாலப்பாடனுடையதா? சிறு வயதில் நிறையக் கவிதைகள் படித்தது உண்டு. எல்லாம் அக்காவின் ஆளுமைச் சக்திதான். அவருடைய குரல் எத்தனை இனிமையாக இருந்தது. நல்ல கவிதைகள் கிடைத்தால் உடனே அக்காவிடம் எடுத்துக் கொண்டு ஓடிப் போய் அவரைப் படிக்கச் சொல்லிக் கேட்டு ரசித்தது உண்டு அல்லவா! அக்கா ரகசிய மாகச் சொந்தக் கவிதைகளும் எழுதுவதுண்டு! தன் பிறந்த வீட்டில் இருந்த போது ஒரு முறை தனக்குக் கல்லூரிக்கு அனுப்பிய வரிகள்:

''துக்கமின்றி யாருமில்லை எனக்கு
உற்ற தோழிகள் எக்காலத்திலும்;
அன்புத் தோழியே! நீயும் மறந்தனை
அதிர்ஷ்ட மில்லாத இந்தத் தமக்கையை...''

இந்த வரிகள் தானே? அல்லது வேறா? கொஞ்ச நாட்களாக எதுவும் மனதில் நிற்பதில்லை. தனக்குள் எல்லாம் சேர்ந்து ஒரே

குழப்பம். கை வலிக்கிறதே. ஊசி போட்டதனால் போலும். உறக்கத்தின் மயக்கம் விட்டுப் போகவில்லை. கனவு, எல்லாம் கனவுகளாகலாம். வாழ்க்கையே ஒரு நெடுங்கனவுதானே? அக்காவை மறந்ததைக் கூட மன்னிக்கலாம். உண்ணியண்ணனை? தன் இதயத்தைக் கண்ணீரில் நனைத்தெடுத்து உருக்கி, தட்டி சுத்தத் தங்கமாக்கிக் கொண்டிருக்கும் உண்ணியண்ணனை? அதை நினைக்கும் போது சிந்தனை மீண்டும் நடுங்குகிறது. அறுந்து போனவை மீண்டும் இணைந்து சேர்ந்து படத்தை இயக்குகின்றன. திரை உயர்கிறது. அண்ணனின் அம்மா என்ற கதாபாத்திரம் வருகிறது முன்னால். அதிகம்பீரமான பெண். அந்தப் புரத்தை அடக்கி ஆண்டு வந்தார். அப்பன் நம்பூதிரி வெறும் குடும்பச் சொத்துக்களில் காரியஸ்தனாகவே இருந்து வந்தார். மானம்பள்ளி இல்லத்தில் அகன்ற கட்டிடத்தில் உள்ளே வருகின்றவர், போகின்றவர், இருக்கின்றவர் அனைவரது சுகதுக்கங்களையும் அண்ணாவின் அம்மா விரல் நுனியில் வைத்திருந்தார். பூசைகள் நடத்தினார். வேலையாட்களைக் கவனித்துக் கொண்டார். விருந்தினரோடு தராதரம் அறிந்து பழகினார். அடுக்களையில் செம்பு, உருளி, பாத்திரங்களும்கூட அவருடைய சொல்லுக்குக் கட்டுப்பட்டு நிறைந்தன, காலியாயின. அகமனைக்குள் புகுந்தால் அப்பன் நம்பூதிரிகூட அவருக்குப் பணிந்தே இருந்தார். மொத்தத்தில் மூன்று முறை மட்டுமே அப்பன் நம்பூதிரி புறவாசலில் நின்று அண்ணாவின் அம்மாவிடம் பேசியிருக்கிறார். தம்பி நம்பூதிரி, அண்ணியுடைய பிராயச்சித்தம் தொடர்பாக, ஒவ்வொரு முறையும் அவர்களுக்குள் கருத்து வேறுபாடு இருந்தது. உண்ணியண்ணன் புதுச்சேரி இல்லத்திருந்து பெண் எடுப்பதை அவர் விரும்பவில்லை. இன்னும் கொஞ்சம் சொத்தும் பாரம்பரியமும் உள்ள குடும்பத்திலிருந்து, அழகான ஒரு பெண்ணைத் திருமணம் செய்ய வேண்டும் என்பது அவரது விருப்பம். ஆனால், அப்பன் சொன்னார்:

''ஜாதகம் பொருந்தவில்லையே. உண்ணியின் ஜாதகத்தில் செவ்வாய் தோஷம் இருக்கிறது. சந்நியாச யோகமாம். நூற்றுக்கும் மேற்பட்ட ஜாதகங்களை வாரியார் பார்த்தாராம். ஓரளவு ஒத்து வருவது இந்த ஜாதகம் மட்டும்தான். இதைத் தவிர வேறு திருமணம் நடக்காது என்று சோதிடர் கூறுகிறார்.''

இப்படி ஒருவாறாக அண்ணாவின் அம்மாவுடைய மறுப்போடு அக்காவின் திருமணம் நடந்தேறியது.

தம்பி நம்பூதிரியைக் குடும்ப நிர்வாகத்தில் ஈடுபடுத்த வேண்டும் என்று அப்பன் நம்பூதிரி கருதியிருந்தார். அதற்குத் திருவந்திக்கரை விவசாயப் பகுதியில் தங்க வேண்டும். அங்கு நிறைய வசூல் உண்டு. காரியஸ்தர்கள் ஏமாற்றுகிறார்கள்.

ஆனால், அண்ணாவின் அம்மா சொன்னார்: ''என் பிறந்த இல்லத்தில் என் அண்ணன் விவரமில்லாமல் தம்பியைப் பள்ளிக்கூடம்

அனுப்பியிருக்க மாட்டார். பையன் படிக்கட்டும். உங்களுக்குச் சிரமம் இல்லை என்றால் அதுதான் நல்லதாகப் படுகிறது.''

இங்கு அப்பன் நம்பூதிரி விட்டுக் கொடுத்தார். நேத்தியாரம்மாவும் தம்பியும் ஒரே கருத்து உள்ளவர்கள். அதோடு தங்கத்திற்கு ஒரு துணையாகவும் இருக்கும்.

மூன்றாவது அண்ணியுடைய பிராயச்சித்தம் - அவரைத் திரும்ப அழைப்பதில் அப்பன் நம்பூதிரிக்கு அரை மனதாக இருந்தது. மேலும் நேத்தியாரம்மாவும் அவரை வற்புறுத்திக் கொண்டிருந்தார். ஆனாலும், அண்ணாவின் அம்மாவுடைய அடங்காத பிடிவாதத்திற்கு முன்னால் அடங்கியே போக வேண்டியிருந்தது. அவர் முடிவாகச் சொன்னார்: ''...குடையும் இல்லாமல், தீண்டாமை கடைப்பிடிக்காமல், கண்டபடி சாப்பிட்டுத் தேவடியாளாகத் திரியும் அவளை இந்தக் குடும்பத்தின் வாசற்படியை மிதிக்க விட மாட்டேன். அப்படி மிதித்தால் பின் கதவு வழியாக நான் வெளியேறி விடுவேன். அவளும் நானும் ஒன்றாக வசிக்க இங்கு இடமில்லை.'' தொடர்ந்து வருவோர் போவோரிடமெல்லாம் அவர் அண்ணியைக் குறை கூறத் தொடங்கினார். அண்ணி அழகாயில்லை; நல்ல குணமில்லை; மலடி. ''இவளோட தலை தெறித்துப் போனாலாவது என் உண்ணிக்கு நன்மை வருமே! செங்க நாட்டப்பா! அதற்கு அருள் பாலிப்பாயாக! சந்ததியைத் தருவாயாக!'' உண்ணியண்ணனுக்கு எங்கேயோ திருமணம் நிச்சயித்து விட்டதாகக் கூட ஒரு தடவை கதை பரப்பினர். ''ஆனால், அதற்கு முதல் மனைவியின் சம்மதம் வேணுமே? அவள் கூட இருந்து செய்ய வேண்டிய கிரியை அது. குடும்பத்தைக் குட்டிச் சுவராக்கி விட்டாளே அவள். அவள் எங்காவது தொலைந்து போகக் கூடாதா?''

இந்தப் பேச்சுக்களெல்லாம் ஒன்றிற்குப் பத்தாக அண்ணியிடம் எட்டியிருக்க வேண்டும். ஒரு வேளைச் சோற்றுக்காகவும் ஒரு பழைய புடவைக்காகவும் எப்பேர்ப்பட்ட பொய்யும் சொல்லத் தயங்காதவர்கள் அல்லவா நம்பூதிரி குடும்ப உறவினர்கள். உண்ணியண்ணனின் நன்மைக்கு வேண்டி நான் விட்டுக் கொடுக்கிறேன் என்று அண்ணி நினைத்திருக்கலாம். வீட்டை விட்டால் பின் நாடு. ஏதாவது ஒன்றிற்காக வாழ்க்கையை அர்ப்பணிக்க வேண்டும் அல்லவா? அப்படித்தான் அவர் வார்தாவுக்குப் போயிருக்க வேண்டும். ''அவர் ஜகன்மாதாவைப் பூஜிக்கட்டும். நான் ஜென்ம தேசத்துக்குச் சேவை புரிகிறேன். இரண்டும் ஒன்றுதானே!'' என்று அண்ணி யாரிடமோ சொல்லியனுப்பினார் என்றும் கேள்விப்பட்டதுண்டு.

ஆனால், உண்ணியண்ணன் இவர்கள் போட்ட கணக்கை எல்லாம் தப்பாக்கி விட்டார். இல்லறத்தில் இருப்பவருக்கு உதவியாக ஒரு வாழ்க்கைத் துணைவி வேண்டும். அதற்கு மேல் திருமணம் செய்வது

அதர்மம் என்று அவர் சொன்னார். பின்னர் ஒன்றும் பேசாமல் புத்தக அறையிலும் செங்க நாட்டப்பன் திருக்கோயிலிலும் போய் உட்கார்ந்து கொண்டார். அண்ணாவின் அம்மா முதன்முதலாகத் தோற்றது இந்தக் கட்டுப்பாடு மிக்க மகனிடத்தில்தான்.

போன முறை ஊருக்குப் போயிருந்த போது குஞ்சுவாரசியாருடைய[1] மகள் மாதவிதான், இந்தக் கதையெல்லாம் சொன்னார். தங்கமும் அவளும் ஒத்த வயதுக்காரர்கள். தோழிகள். இத்தனை செருக்கும் மிடுக்கும் உள்ள அண்ணாவின் அம்மா இறுதியில் பக்க வாதத்தினால் அவதிப்பட்டவராய் தம்பி நம்பூதிரி மனைவியின் குத்தல் பேச்சுக்களைக் கேட்டவராய் ஐந்தாறு வருடம் சிரமப்பட்ட பின் இறந்து போனார். அவள் சொன்னாள்: ''அவ்வளவு கொடுமைக்காரியாக இருந்தவள் தான் செய்ததுக்குத் தானே அனுபவித்தாள். உண்ணித் தம்பிரானும் சின்னத் தம்பிரானும் சின்னத் தம்புராட்டியும் மனம் நொந்தது பலிக்காமல் போகுமோ?''

திருமதி நாயர் அதற்கு ஒன்றும் சொல்லவில்லை. கொடுமை என்று நினைத்தா அண்ணாவின் அம்மா இவையெல்லாம் செய்தார்கள்? அல்லது சொந்த மகனுக்கும் குடும்பத்துக்கும் நன்மை வரட்டும் என்று நினைத்தா? இப்போது இதையெல்லாம் நினைப்பது எதற்கு? பேருக்கும் புகழுக்கும் பிடிவாதத்திற்கும் அல்லவா அண்ணி கணவனை ஒதுக்கி விட்டார்கள் என்று தான் கூட சில காலம் நினைத்திருந்தார். ஒரு தடவை ஊருக்கு வந்து உண்மையை அறியும் நாட்டம் கூட உண்டாக வில்லை. அப்படிச் செய்திருந்தால் சம்பவங்கள் எவ்வளவு மாறி இருக்கும். தங்கம் சொன்னால் மறுப்பே சொல்லாத அண்ணன் மீண்டும் பட்டு வேட்டியும் உத்தரீயமும் அணிந்து மருதாணியும் வெள்ளி மோதிரமும் இட்ட கைகளைப் பிடித்துக் கொண்டு இன்னொரு முறை மனையில் குடியேறி இருக்கலாம். அவரது முதுமையில் அப்படி ஒரு மறு சங்கமம் எப்பேர்ப்பட்ட இனிமையைத் தந்திருக்கும். ஆனால், மனித வரலாற்றைப் படைப்பது காலம்தான்! அது செய்ய வேண்டியதையெல்லாம் செய்து முடித்திருக்கிறது. கடந்த இரண்டு வாரங்களுக்கு முன் ஒரு கடிதமும் பார்சலும் வந்தன; தம்பியண்ணனிடமிருந்து. அவர் எழுதியிருந்தார்:

''அண்ணன் சுவர்க்கப் பதவி அடைந்து விட்டார். சில நட்களாக உடல் நிலை சரியில்லாமல் இருந்தார். இருந்தாலும் குளிப்பார், நாம ஜெபம் செய்வார்; கோயிலுக்குப் போவார். ஒரு நாள் செங்க நாட்டுக் கோயில் முன் மண்டபத்தில் தரையில் விழுந்து வேண்டிக் கொண்டார். சாந்தி அருள்வாய்! தேவா! சாந்தி அருள்வாய்!

---

1. வாரியார் குடும்பத்துப் பெண்களை வாரசியார் என்பர்.

புரோகிதன் சென்று பார்த்த போது அசைவில்லை, எல்லாம் முடிந்து விட்டது. இறுதிச் சடங்குகளையும், கருமாதி விருந்தையும் சிறப்பாகச் செய்து முடித்து விட்டேன். பஜனை மடத்தில் தங்கத்தின் முகவரி எழுதிய ஒரு பார்சல் இருந்தது. அதை அங்கு அனுப்புகிறேன்.

- உன் தம்பியண்ணன்''

பார்சலைப் பிரித்ததும், ஒரு கசங்கிய கடிதக் குறிப்பும் காகிதப் பொட்டலமும் இருந்தன.

''தங்கத்திற்கு

எனக்குச் சொந்தமாக உள்ள அந்தப் பொருளை நான் தங்கத்தின் கைகளில் ஒப்படைக்கிறேன். இது புனிதமானது. உரிமையுள்ளவரைக் கண்டால் சேர்ப்பிக்கலாம் அல்லது, கங்கையில் விட்டு விடலாம் அல்லது பரவாயில்லையென்றால் இந்த மாமாவின் நினைவாக தேவுவிடம் கொடுத்து விடலாம். எனது இறுதி ஆசை இதுதான். எனது இறுதிச் சடங்கு உரிமை ஒரு பெண்ணின் கையில்தான் உள்ளது. அவர் தன்னையே பலியாக அர்ப்பணித்திருக்கிறார். உன் மகளை என் மகளாகக் கருதிக் கொள். தேவுவின் பிஞ்சுக் கரங்களால் ஒரு சோற்று உருண்டை[1] கிடைத்தால் நான் திருப்தி உடையவன் ஆவேன். அவளுக்கு அனைத்து ஆசீர்வாதங்களும் அளிக்கிறேன். பெண் துறவியைக் கண்டால் சொல்: ''நான் அவளிடம் என்றும் அன்போடு இருந்தேன். அவள் எப்போதும் என்னுடன் இணைந்திருந்தாள்'' என்று.

- உன் உண்ணியண்ணன்''

ஆவலோடு பொட்டலத்தைப் பிரித்தேன். ஒரு வெள்ளைச் சரடில் கோர்த்த சிறு தாலியும் மணியும் - அண்ணியுடைய மாங்கல்யம் இன்னொரு கடிதம், கடிதத்தைப் படித்தேன்.

''திருவடிகள் அறிக,

நாம் வெகு தொலைவில் இருந்தோம். ஆனால், இப்போது மிக மிக நெருங்கி இருக்கிறோம். தூரமே தெரியவில்லை. பார்க்க முடிகிறது, பேச முடிகிறது, தொட முடிகிறது. அந்தப் பாதங்களில் தலை வைக்காமல் நான் இதுவரை தூங்கவில்லை. திரும்பி வரலாமா என்று நான் பல முறை யோசித்திருக்கிறேன். ஆனால், பிறகு தோன்றியது: என்ன ஆனாலும் பாகீரதி இமயத்திலிருந்து இறங்கி விட்டது. இனி திரும்பிப் போவது முடிகிற காரியமல்ல. ஓட்டம், ஓட்டம், ஓட்டம் பாதாளத்திற்கு என்றாலும் அப்படியே செல்லட்டும் இப்பயணம். நீண்ட நாள் அலைந்ததிற்குப் பிறகு ஒரு விஷயம் தெளிவாகிறது - எவ்வளவு மறுத்தாலும் வினைத்

---

1. இறந்தவர்களுக்குச் சோற்று உருண்டை அர்ப்பணம் செய்யும் சடங்கு.

தொடர்புகள் விடாமல் நம்மைப் பின்தொடரும் என்பது. அன்று தங்களிடம் குறையாகப் பட்டதெல்லாம் இன்று குணமாகத் தெரிகிறது. அந்த இடத்துக்கு நானும் வந்து சேர்ந்துள்ளேன். வாழ்க்கை சலித்த போது முதன்முதலாகச் சமூக சேவையில் இறங்கினேன். பிறகு தேசப் பணியாயிற்று. அதுவும் முடிந்த பிறகு இப்போது நான் அந்தப் பரம்பொருளான தத்துவத்தைச் சேவிக்க ஆசைப்படுகிறேன். எது சரி, எது நன்மை என்பது யாருக்குத் தெரியும்?

எதுவாயினும் வாழ்வின் பாதையைப் போலவே செயலின் பாதையிலும் இன்று நாம் ஒன்று சேர்ந்திருக்கிறோம். இனிப் பிரிவில்லை. உடலை நீத்து மோட்சம் அடைய வேண்டும் என்று ஒரு முறை நினைத்திருந்தேன். ஆனால், அங்கேயும் உணர்வின் தொடர்ச்சி நிலைநிற்கும் அல்லவா? உடலை வைத்துக் கெண்டே முக்தி அடைய முடியமா? என் குருநாதரின் ஆசியோடு அந்தப் பரிசோதனையைத் தொடங்குகிறேன். நான் நாளை துறவு பூணுகிறேன். இப்பிறவியைத் துறந்து மற்றொன்றை மேற்கொள்கிறேன். வாழ்க்கையின் கர்ம பந்தமாக நான் அணிந்திருந்த இந்தச் 'சின்னத்தைத்' - 'தாலியைத்' திருப்பி ஒப்படைக்கிறேன். இது எப்போதும் எனக்குக் காவலாய் இருந்தது; ஆறுதலாக இருந்தது; கவசமாக இருந்தது. இதைப் பிடித்துக் கொண்டு நான் லட்சோப லட்சம் இறை நாம மந்திரம் உச்சரித்திருக்கிறேன். இதனைக் கழுத்தில் இறுகக் கட்டியிருக்கும் போது பாதுகாப்போடு இருக்கிறேன் என்ற துணிவு தோன்றியிருந்தது. ஆனால், இன்று, இந்த முடிவெடுக்கும் முக்கிய நிமிடத்தில் மற்ற எல்லாக் கட்டுக்களையும் அகற்றும் முன்பாக இதனையும் அவிழ்த்து விட வேண்டியதாக இருக்கிறது. மந்திரங்களால் புனிதமான மாங்கல்ய சூத்திரம். இதைத் திரும்ப ஏற்று ஆசீர்வதியுங்கள். இன்று முதல் தேதிக்குட்டி இல்லை. சுமித்ரானந்தாதான் இருக்கிறாள். வணக்கம்!...

உங்கள் சொந்த.....''

கடிதத்தைப் படித்து விட்டு தங்கம் எத்தனை நேரம் அப்படியே இருந்தாரோ? உடைந்து போன இந்தச் சிறு தாலி பாம்பின் படம் போல் அவரைப் பயமுறுத்தியது. தீக்கனல் போல் சுட்டது. இதைக் கங்கையில் வீசி விடலாம் என்றுதான் முதலில் நினைத்தார்; அதற்குள் இதோ அந்தத் தரிசனம் தெய்விகத்தோடு! அந்தத் தேவியே முன்னால் பிரசன்னமானது போல் முதலில் நடுங்கினார். பயந்து போனார். நினைவுகள் அலை வீசி மேலேறி வருகின்றன. எழுதப்படாத ஒரு புத்தகத்தைப் போல எல்லா உணர்வுகளும் ஒன்றோடு ஒன்று முட்டி மோதி வந்தன. எல்லாம் பார்த்து முடித்த போது அடடா என்ன அமைதி! சாந்தி!

திருமதி நாயர் ஆழ்ந்து பெருமூச்செறிந்தார். கண்களைத் திறந்து பார்த்தார். அவருக்கு மிகவும் இதமாக இருந்தது. பார்த்த போது அருகில் மகன். அவன் சொன்னான்:

''அம்மா என்ன காரியம் செய்திருக்கிறீர்கள். நீங்களோ இதய நோயாளி; பலவீனமானவர். குளிரில் மாடியிலிருந்து தூக்கம் கெட்டால் உடல்நிலை இன்னும் மோசமாகாதா? இப்படியென்று தெரிந்திருந்தால் அழைத்துக் கொண்டே வந்திருக்க மாட்டேன்.''

அவர் நிறைவோடு சிரித்தார்: ''பரவாயில்லையப்பா! இந்த அம்மா அவ்வளவு சீக்கிரம் சாகிற ஜாதியில்லை. நீ ரொம்பப் பயந்து விட்டாயா?''

''பின்னே என்னம்மா! ஏதோ விழுகிற சத்தம் கேட்டது. கூப்பிடு வது போலிருந்தது. ஓடி வந்த பார்த்தால் நிலத்தில் கிடக்கிறீர்கள். உடனே தூக்கி உள்ளே படுக்க வைத்தேன். ஊசி போட்டேன். எவ்வளவு முயற்சிக்குப் பிறகு இப்போது கண்களைத் திறந்திருக்கிறீர்கள்! இனிப் பேசாமல் படுங்கள். ஓய்வு தேவை.''

''படுத்துக் கொள்கிறேன். ஆனால், ஒன்று சொல்வேன்; அதை நீ கேட்கணும். ஊருக்குத் திரும்புவதற்குள் அந்தப் பெண் துறவியின் ஆசிரமத்திற்கு என்னை அழைத்துப் போகணும். அந்த மாதாஜியைப் பார்த்துப் பேசினால்தான் எனக்கு அமைதி கிடைக்கும். அழைத்துப் போகணும். அழைத்துப் போவாயா நீ?''

''சரி அழைத்துப் போகிறேன். அம்மா சொல்கிற எல்லா இடத் துக்கும் போகலாம். ஆனால், இப்போது பேசாமல் படுங்கள். கொஞ்சம் தூங்குங்கள்.''

அவர் புன்னகை செய்தார். அம்மாவின் கட்டளைக்குப் பணி கின்ற குழந்தையைப் போல, இழுத்துப் போர்த்திக் கொண்டு அமைதி யாகத் திரும்பிப் படுத்தார்.

16. அலைகளும் சுழிகளும்

ஆவணி மாதப் பௌர்ணமி. அந்திப் பொழுது. சூரியன் தன் னுடைய ஒளி தரும் தொழிலைச் சந்திரனிடம் ஒப்படைத்து விட்டு மறையப் போகிறது. தென்றல் வீசுகிறது. கங்கையின் மேற்புறத்தில் மனித ஆத்மாவின் ஆசைகள் போல அலைகள் விழுந்து புரள்கின்றன. ஒன்று மறைந்தால் மற்றொன்று; மீண்டும் ஒன்று. அதன் பரம்பரை. முடிவற்ற சுழற்சி. வெயிலொளியும் நிலவொளியும் கூடிக் கலந்த வெளிச்சத்தில் ஒரு தெய்வீக அமைதி தேங்கி இருந்தது. சாதாரணமாக இந்த மாதிரி சமயங்களில் பெண் துறவிகளின் மடத்தில் மாதாஜி சிஷ்யைகளோடு சேர்ந்து வெகுநேரம் கீர்த்தனம் பாடி இருப்பது வழக்கம். நிறைய பேர் அதனைக் கேட்க வருவார்கள். அவர்களைப் பொறுத்தவரை மாதாஜியைப் பார்ப்பதே புனித நீராட்டை விடவும் புண்ணியமாக இருந்தது.

ஆனால், இன்று மாதாஜி ஏதோ ஒரு பெண்ணுடைய அவ மரியாதையான கேள்வியால் வருத்தமுற்றுத் தளர்ந்து போயிருக்கிறார். அவர் நடக்கவில்லை. ஓடியே போனார். எதனிடமிருந்தோ தப்பித்துக் கொள்ள விரும்புவது போல் - யாரிடமிருந்தோ ஒளிந்து கொள்ள முயற்சி செய்வதைப் போல - சிஷ்யைகளால் பின்தொடர்ந்து வர முடி யாத வேகத்தில் ஓடினார். நான்கு காதம், எட்டுக் காதம், நூறு யோசனை தூரமானாலும் அப்படியே ஓடுவார் போல இருந்தது. அவர்களுக்குப் பின்னே நிழல்கள் நீண்டு சென்றன. கடைசியில் யோகினி மடத்தின் வாயிலைச் சென்று அடைந்த போது அவருக்கு மூச்சிரைத்தது. அதையும் பொருட்படுத்தாமல் தியான அறைக்குச் சென்று விளக்கேற்றி வணங்கினார். ''எதையும் தாங்கக் கூடிய வலிமையைத் தருவாய்! எதையும்... எதையும்...''

ரொம்ப நாட்களுக்குப் பிறகு புலன்கள் நெகிழ்ந்திருக்கின்றன. அவருடைய அறிவு நடுங்குகிறது. ஜென்மமே முடிந்து விட்டதோ என்று தோன்றியது மாதாஜிக்கு. அவர் தளர்ச்சி அடைந்தார்.

யோகினி மடத்தின் மாதாஜியைப் பொறுத்தவரை இவையெல் லாம் முன்பு நடந்திராத சம்பவங்களாக இருந்தன.

கடின விரதத்தை மேற்கொள்ளும் தவ யோகினியாக இருந்தார் சுமித்ரானந்தா. நீண்ட நாட்கள் அவர் தனிமைத் தவம் செய்திருந்தாராம். மனிதரைப் பார்ப்பதில்லை; பேசுவதில்லை; பிறகுதான் சுவாமிஜி யோடு சந்திப்பு நிகழ்ந்தது. சுவாமிஜி அவருடைய உலகை வெறுக்கும் மனப்பான்மையை மாற்றினார். சாந்தமான மாதாஜியாக உருமாற்றினார். ''உன்னை விடத் துயரப்படுகின்ற அனேகம் பெண்கள் உலகத்தில் இருக்கின்றனர். அவர்களை அரவணைத்துக் கொள்; ஆறுதல் கொடு; அமைதி கிடைக்கும்.'' அந்த ஆணையை ஏற்றுப் பணியாற்றலானார். எண்ணற்ற அபலைகளுக்கு அவர் அடைக்கலம் கொடுத்தார். மாதாஜி தொட்டுத் தடவினால் மாறாத துரதிர்ஷ்டமோ நோயோ இல்லை என்று மக்கள் நம்பி இருந்தனர். காலை, மாலை இரண்டு நேரமும் பக்தர்கள் வருவார்கள். பழங்கள், மலர்கள், பால் முதலியன கொண்டு வரு வார்கள். அவரவர் துன்பக் கதைகளைச் சொல்லுவார்கள். அமைதி வேண்டுவார்கள். அவர்களுக்காக மாதாஜி தன்னைத்தானே மறந்திருந் தார் என்று சொல்ல வேண்டும். ஆனால், இன்று கங்கைக் கரையிலிருந்து வந்ததற்குப் பிறகு அவர் தியானத்திலேயே மூழ்கி விட்டார். வழக்கம் போலப் பாலோ பழமோ உண்ணவில்லை. நெருங்கிய சிஷ்யைகளிடம் கூடப் பேசவில்லை. ஆசிரம மூலையில் இருக்கும் வில்வ மரத்தின் அடியில் சென்று அமர்ந்திருந்தார். வில்வ மரத்தில் சாய்ந்து கொள்ள முடியாது. அதில் முட்கள் உள்ளன. ஆனால், இளந்தளிர்கள் மெல்லிய நறுமணம் தூவிக் காற்றுக்குச் சுகந்தமூட்டிக் கொண்டிருந்தன.

சிவாலிக் மலைச் சரிவில் எங்கேயோ புகை பொங்குகிறது. சுருள் சுருளாக எழுந்து விஷ்ணு பதத்தை நோக்கி உயர்கிறது. ஏதேனும் ஆசிரமத்திலிருந்து விழுந்ததாக இருக்கலாம். தொழிற்சாலையிலிருந்து வரலாம். ஏதோ ஒரு வாழ்க்கையின் இறுதிச் சடங்கிலிருந்து வந்ததாக லாம். மாதாஜி தன் சொந்த நெஞ்சின் பலவீனத்தைக் குறைக்க மனமார முயற்சி செய்தார். ஒரு யோகியின் மனம் மலை போல அசைவற்று இருக்க வேண்டும். நதியைப் போல அசைதல் கூடாது. ஆனால், சலனம் மிக் இந்தக் கங்கையல்லவா, பாதாளம் வரை பாய்ந்தோடி இகத்திற்கும் பரத்திற்கும் முக்தி நல்குகிறது என்று பக்தி சிரத்தையோடு அவர் நினைத்துக் கொண்டார்.

ஆசிரமத்திற்கு அருகிலுள்ள ஏதோ ஒரு குடிலிலிருந்து மிக இனிமையான தோத்திரப் பாடல் கேட்கிறது:

"கங்கா தரங்க ரமணீய ஜடாகலாபம்
கௌரி நிரந்தர விபூஷித வாமபாகம்
நாராய ணப்ரிய மனங்க மதாப ஹாரம்
வாராண ஸீபுரபதிம் பஜ விஸ்வ நாதம்..."

யார் இதைச் சொல்கின்றனர்? யாராக இருக்கும்? இறந்த காலத் தினுடைய ஆழத்திலிருந்து ஒரு பழக்கமான உருவம் தெரிகிறது. பின் மாலை அந்தி வேளையில் குளித்து, ஈரக் குடுமியை இடப்புறம் சாய்த்துக் கட்டி சம்மணமிட்டு அமர்கிறார். மார்பில் வெள்ளிப் பூணூ ல். நெற்றியில் திருநீற்றுக் கீற்று. பக்தியின் தெய்வீக மயக்கத்தில் கண்கள் மேல் நோக்கி உயர்ந்திருக்கின்றன. தெளிந்த கம்பீரக் குரலில் அந்தப் பாடல் தொடர்கிறது.

"வாசா மகோசர மனே கருண ஸ்வரூபம்
வாகீச விஷ்ணுசுர ஸேவித பாதபீடம்
வாமேன விக்ரஹ வரேண களத்ரவந்தம்..."

ஓ.. தனக்குப் பைத்தியம் பிடிக்கும் போலிருக்கிறதே. பூர்வா சிரமத்தின் அழைப்பொலி ஒவ்வொரு அணுக்களிலும் முழங்குகிறது. அன்று மாலை மூன்று முறை நான் மறுதலித்தேன்: "இல்லை.. இல்லை ... இல்லை பூவாசிரமம் இல்லை" ஆனால், இல்லை என்று மறுத்தால் அறுந்து போகும் பந்தமா மனித உறவுகள்? குருநாதன் இறுதி நாட்களில் சொல்லியிருந்தார்.

'இந்த உலகத்தைப் புறக்கணிப்பவர்க்கு பர லோகமும் இல் லாமல் போகிறது மகளே. உண்மை என்பது அங்கும் இங்கும் ஒன்று தான். தியாகத்திலிருந்து பெறுவதுதான் வாழ்க்கை. அது வெறுப்பல்ல. நிராசையல்ல. மறுப்புமல்ல. அது மனிதனே கடவுளாகும் வாய்ப்பு. பூர்வாசிரமத்தின் அழைப்பு வந்திருக்கிறது. நான் ஊருக்குப் புறப்படு கிறேன். அதுவும் முற்றுப் பெற்ற பிறகே என் முடிவு...''

இவ்வளவும் சொல்லி விட்டு அவர் சொந்த ஊருக்குப் போன தோடு உறவினர்களையும் பக்தர்களையும் தலையில் கை வைத்து ஆசீர் வாத அமுதம் பொழியவும் செய்தார். ஆனால், தானோ? தனக்கோ? போவதற்கு ஓரிடமும் இல்லை அல்லவா? கணவர், சகோதரன், குடும்ப எல்லாவற்றையும் இழந்து இந்த வனத்துக்குள் வந்தாயிற்று. நீண்ட நாளைய துறவு வாழ்க்கைக்குப் பிறகும் உறவினர் என்று கூறியவர்கள் முன் முகங்காட்டத் தோன்றவில்லை. அனைத்தையும் துறந்து மரணத் தின் வாயிலுக்கு நானாக முண்டியடித்துச் சென்றேன். எத்தனை முறை தற்கொலைக்கு முயற்சி செய்தேன்; ஆயினும் இறக்கவில்லை. பாவத் தின் மீது ஏற்பட்ட பயமல்ல; எதிர்பாராத சூழலே எங்கும் தன்னைக் காத்தது என்று தோன்றுகிறது.

மாதாஜி அப்போதும் காயம் ஆறாத வலது கையை உயர்த்தி நெற்றியில் உள்ள பெரிய தழும்பை மெதுவாய் வருடினார்.

''ஆஹா! அன்று தியாகியாகச் சாக வேண்டும் என்றிருந்த ஆசை முடியவில்லை! சரி, வேறு எந்த ஆசைதான் நிறைவேறியது?''

''சமுதாயத்தை உயர்த்த ஆசைப்பட்டேன்; ஊரை உயர்த்த ஆசைப்பட்டேன்; இலட்சிய மணம் நிறைந்த ஒரு புதிய உலகைப் படைக்க ஆசைப்பட்டேன். ஆனால், என்னவாயிற்று? கேவலம் ஒரு ஆசிரமவாசியின் தவறுக்காகவா நான் துறவு பூண்டேன்? அல்லது தன்னுடைய கர்ம பலன்கள் திருப்பித் தாக்கியதற்குப் பிராயச்சித்தமா? மனம் சஞ்சலம் அடைந்திருந்தது. எல்லாவற்றையும் உடைத்தெறிய வேண்டும் என்ற குரோதம், வேதனை, செயலற்ற நிலை. எறிவதற்கு ஒன்று தானே கையிலிருந்தது - நொறுங்கித் தகர்ந்த சொந்த வாழ்க்கை! அதனைக் கையில் எடுத்துக் கொண்டு அலைந்து திரிந்து புண்ணிய நகரத்தை அடைந்தேன். சாவதாக இருந்தால் அது இங்கேயே நிகழட் டும். பசு, நாய், குதிரைகள், கழுதைகள், பெண்கள், குழந்தைகள், வயோதிகர் எல்லோரும் ஒருவரோடு ஒருவர் உராய்ந்து நடக்கும் அழுக்குச் சந்துகளின் வழியாக அல்லும் பகலும் ஒரு வாரமாக நான் அலைந்து திரிந்தேன். அறுபத்து நான்கு புண்ணியப் படித் துறைகளிலும் முழுகிப் பாவத்தைக் கழுவினேன். ஆயிரத்தியெட்டு சிவ லிங்கங்களை வழிபட்டேன். ஊண் உறக்கமில்லாமல் பிரார்த்தித்தேன். ஆயினும் அமைதி ஏற்படவில்லை. இறுதியில் ஒரு நள்ளிரவு வேளையில், கேதார் கட்டத்தின் கற்படிகளில் முழங்கால் வரை, தண்ணீரில் காலை விட்டபடி ஆலோசித்துக் கொண்டிருந்தேன். குதித்தோடும் நதியில் ஆகாய கங்கையின் நட்சத்திரங்கள் பிரதிபலித்து அசைந்து கொண்டிருந் தன. விசுவ வெளியின் கனகம்பீரமான வடிவம். கை கூப்பியபடி வெகு நேரம் இருந்தேன். சாகத் துணிந்திருக்கவில்லை. ஆயினும் கால்கள் மேன்மேலும் தண்ணீருள் மூழ்கிக் கொண்டிருந்தன. இடுப்பு வரை நனைந்து விட்டது. மார்பு வரை மூழ்கியாயிற்று.

அலைகளும் சுழிகளும் 105

அப்போது தோளில் கை வைத்து நிறுத்தியது யாராக இருக்கும்? விசுவநாதனா?... விதியா?... குருநாதரா?...

''மனித வாழ்க்கை என்பது நாமே நமக்காக உருவாக்கிக் கொண்டதல்ல என்பதால் நம்மை நாமே அழித்துக் கொள்ள அருகதை இல்லை'' என்று குரநாதர் சொன்னார்.

''தானே, தன்னுடையதல்ல, எனத் தக்க ஒரு நிலையுள்ளதா?'' கேட்டேன்.

''ஆம் மகளே! வா! சொல்லித் தருகிறேன்.'' அவ்வாறே செல்ல நேர்ந்தது சென்று சென்று இவ்வளவு தூரம் வந்தாகி விட்டது. குரு நாதரின் கால்களில் வீழ்ந்து அனைத்துத் துக்கங்களையும் மறந்து இருந் தாயிற்று. ஆனால், இன்று?... கடைசியில் தோல்வி நேர்ந்து விட்டது. அன்பிற்கு முன்னால் தோற்று அவர் ஓடினார். காலையில் பார்த்த அப்பெண்ணைத் தேடிப் பிடித்து ஆரத் தழுவ அவர் மனம் விம்மியது. அப்பெண் அவருக்கு அன்பைத் தருவார்; அமைதியைத் தருவார்; தொலைந்து போன எல்லாவற்றையும் தருவார்.

''அப்படியெல்லாம் கொண்டாடும் இந்த அன்பு என்பது என்ன?'' அவர் எண்ணிப் பார்த்தார். ஒரு விதத்தில் அதுவும் சுயநலமில் லையா? மாயை அல்லவா? மதிமயக்கம் அல்லவா? இது அவர் பல ஆச்சாரியர்களிடமும் எழுப்பியிருந்த சந்தேகந்தான். பலர் அவரிடமும் கேட்டிருக்கின்றனர். உணர்ச்சிகளை ஒதுக்க வேண்டிய துறவி இந்த ஒரு பற்றை மட்டும் ஏற்று நடப்பதென்ன? உபநிடதத்தில் யாக்ஞவல்கியர் மனைவியிடம் சொல்வார்: ''கணவனுக்காக அல்ல மைத்ரேயீ, மனைவி நேசிப்பது; அவளுக்காகத்தான்; கணவன் மனைவியை நேசிப்பது தன் சொந்த சுகத்திற்குத்தான். யாரும் யாரையும் நேசிப்பதில்லை; தன்னைத் தானே தவிர.''

திடீரெனச் சென்ற காலத்தின் ஆழத்தில் எங்கோ இருந்து மற் றொரு பதில் முழக்கமிட்டது. பண்டு, மிகப் பண்டொரு காலத்தில் கிருத யுகம் என்று சொல்லத் தக்க காலத்தில், மற்றொரு கணவன் தன் சொந்த மனைவியிடம் சொன்னது இது.

''அன்பு என்பது ஒரு உணர்ச்சியல்ல தேதிக்குட்டி. அது ஒரு வகைக் குணம்; ஓர் அனுபவம்; ஒரு சங்கமம்; அதைப் புரிந்து கொள்ளாதவர் எவருக்கும் ஒரு போதும் சுகம் கிடைக்காது.''

யோகினி மாதா சற்றே நடுங்கினார். யார் இதைச் சொன்னார்கள் எப்போது? எவ்விடத்தில்? இப்பிறவியிலா? போன பிறவியிலா?

எவ்வளவு கட்டுப்படுத்தியும் நிற்காமல் நினைவலைகளில் அவர் அறியாமேலயே தலை குப்புற விழுந்து விட்டார்.

மேற்குப் புற மாளிகையின் மாடியில் தெற்கு மூலையில் உள்ள ஒரு படுக்கையறை. ஜன்னல் வழியாக நிலவொளி அங்கே விழுந்து

கிடக்கும். முல்லையும் பவள மல்லியும் காற்றில் மணம் பரப்பிக் கொண்டிருக்கும். வெண்கல விளக்கின் தெளிந்த பிரகாசம். நிலத்தில் விரிக்கப்பட்டிருக்கும் கோரைப் பாயில் சோர்வோடு ஒரு யுவதி தனக்குப் பிரியமானவனுக்காகக் காத்துக் கொண்டிருக்கிறாள். ஏணிப் படிகளில் எழும் ஒவ்வொரு காலடி ஓசையும் அவளைப் புளகாங்கிதம் அடையச் செய்கிறது. எதற்காக இத்தனை பெரிய குடும்பத்துக்கு அவர் மணமகளாக வந்து சேர்ந்தார்? இவ்வளவு நல்ல கணவனைப் பெற்றது எதற்காக? கடமைகளின் ஒரு சங்கிலிதான் அவர்களைப் பிணைத் துள்ளது. இதை விட ஓரளவு ஏழைக் குடும்பத்தில் கொஞ்சம் துணிச்சல் மிக்கவனும் காதல் செய்பவனுமான ஓர் ஆணை மணந்திருந்தால் இன்னும் நன்றாக இருந்திருக்கும் என்று அவருக்குத் தோன்றியது. அவன் தன்னை அடிக்கலாம்; அவமானப்படுத்தலாம்; ஆனால், எப்போ தாவது அவன் உணர்ச்சி வசப்படவும், கொஞ்சவும் கூடுமே. அவள் வள்ளத்தோளின் கவிதையை ரசிக்கும்போது இவரோ கீதையை விளக்கி வெறுப்பேற்றுகிறார்.

மிகவும் தாமதித்து ஒரு நாள் இரவு வந்த அவர் சொன்னார்: ''தேதிக்குட்டி காத்திருந்து களைத்துப் போயிருப்பாய், அப்படித் தானே? என்ன செய்வது? வழிபாடு முடிவதற்குள் காரியஸ்தர்கள் வந்து விடுகிறார்கள். கணக்குகளைப் பார்க்க வேண்டும். அப்பன் பல செய்திகள் சொல்வர்; ஆனால், எனக்கோ அது ஒன்றும் புரிவதுமில்லை. ஆயினும் கடமையைக் கவனிக்க வேண்டாமா? தேதிக்குட்டிக்குத் தூக்கம் வந்தால் நேரமே படுத்துக் கொள்.''

அந்த இளம் பெண் கண்ணீருடன் கேட்பாள்: ''சொந்த மனைவி யோடு இந்தக் கடமை என்ற ஒன்று கிடையாது என்று கீதை சொல்லி இருக்கிறதா? அப்பனுக்கு காரியஸ்தர்களுக்கும் ஆட்கள் இருக்கிறார்கள்.''

இளைஞன் அவளுடைய முதுகை வருடிச் சமாதானப்படுத்து வான்: ''நானும் நீயும் ஒருவர்தான் தேதிக்குட்டி! நாம் எப்போதும் சேர்ந்திருக்கும் நிலைமை நேராமலும் போகலாம். ஆனால், நாம் இருவரும் ஒருவர்தான். அதைப் புரிந்து கொண்டால் வேதனைப்பட வேண்டியதில்லை.''

அந்த யுவதி அதையெல்லாம் தெரிந்து கொண்டிருக்கவில்லை என்பதையும், அதனால் சொல்லவொண்ணாத் துயரங்களை அனு பவித்துக் கொண்டிருந்தாள் என்பதையும் மாதாஜி நினைத்துப் பார்த் தாள். புரட்சியாளனான சகோதரனிடமிருந்து கிடைத்த வெளிச்சத்தின் ஒரு திரி அவளுடைய மனதில் சுடர் விட்டது. பிடிவாதம், பெருமிதம், ஆசை, தனக்கு மட்டுமல்ல; தன்னுடைய சமுதாயத்திற்கும், நாட்டிற்கும் விமோசனம் வர வேண்டும் என அவள் ஆசைப்பட்டாள். வாழ்க்கை யைப் பற்றி, சுதந்திரத்தைப் பற்றி, நடையுடை பாவனைகளைப் பற்றிக்

கூட நூற்றுக்கணக்கில் புகார்கள் இருந்தன. எதிர்ப்பு இருந்தது. ஒரு மாற்றத்திற்காக அவள் வெதும்பினாள். அதைச் சொல்லும் பொழுதெல் லாம் அவள் தோளை வருடி அவன் சமாதானப்படுத்துவான்.

''நேரம் வரவில்லையடி! நேரம் வரவில்லை. கால வடிவமான ஜெகதீஸ்வரன் எல்லாவற்றிற்கும் வழி காட்டுவான். அப்போது சரி.''

காலம் காத்திருந்தது என்பதை அவர் அறியவில்லை. அது அழைத்தது. அவள் போனாள். நடந்து நடந்து எது வரை சென்றடைந் தாள் என்பதை அவர் அறிந்திருக்கிறாரா?

அணைகளை உடைத்துக் கொண்டு மாதாஜியின் கண்களிலிருந்து கண்ணீர் பெருகியது. பெருகிப் பெருகி ஓடியது. துடைப்பதற்கு முயலவே இல்லை. எதற்கும் அசையாத சுமித்ரானந்த யோகினி இன்று ஒரு நாளாவது சாதாரணப் பெண்ணாக இருக்கட்டும்.

மனதைக் கட்டியிருந்த இரும்புக் கம்பிகளுடைய இறுக்கம் சற்றே அவிழ்ந்த போது ஒரு விஷயம் தெளிவாயிற்று. யாரும் எந் நிலையிலும் சுதந்திரமானவர்கள் அல்ல. சடங்குகளின் கட்டுக்கள், சட்டங்களின் கட்டுக்கள்; ஆசைகளின் கட்டுக்கள்; அன்பு கூட ஒரு வகைத் தளையாகத்தானே அனுபவிக்கப்படுகிறது. இரக்கத்துக்குரிய மனித ஆத்மா இதிலிருந்து எல்லாம் விமோசனமில்லையா?

யார் அதைச் சொன்னது? நினைவுக்கு வரவில்லை. அருண்? அல்லது தில்லி போலீஸ் ஸ்டேஷனில் சிவந்த கண்களோடு இருந்த வலுவான சர்தார்ஜி? நிறைந்திருந்த இளம் பெண்களின் கூட்டத்தில் ஏதோ ஆபாசமாகச் சொல்ல முற்பட்டார். சட்டென தேவிபகன் முகத்தைப் பார்த்து உறைந்து நின்று விட்டார். பிறகு சொன்னார்: ''தேவிபகன் இருப்பதால் என்னால் அதைச் சொல்ல முடியவில்லை. அவருடைய நெற்றியில் தெய்வீகக் களை இருக்கிறது. அந்த முகத்தைப் பார்த்தால் யாருக்கும் தவறாகச் சொல்லத் தோன்றாது.''

எது தவறான நினைவு? அவர் சொல்லவில்லை. காமமா அது? காமத்தை வெல்வதற்காகப் பிறந்தவரா அவர்? அடடா! உள் மனதின் ஆழத்தில் தேடிப் பார்த்தார். அன்று அந்த மாளிகைக்குள் உண்டான காமத்தில் நிறைவின்மை தானோ அவரை திசை திருப்பியது. இறுதியில் அவர் அந்த உணர்ச்சியை வெற்றி கொண்டார். வெறுத்து ஒதுக்கினார். காமம் என்ற சொல்லைக் கேட்டாலே பற்றிக் கொண்டு வந்தது. ஆனால், அனைத்து ஜீவராசிகளுக்கும் உள்ளே இழைந்த சிருஷ்டி நுகர்ச் சியை ஒதுக்க முடிந்ததா? அவர் பெருமூச்சுடன் ஆசிரமத்தின் சுற்றுப் புறத்தைப் பார்த்தார்: சிஷ்யைகள் - சந்ததிகள்; மாதாஜி - அம்மா; ஆமாம் - பெண்ணின் எந்த வாழ்வியல் ஆசைக்கும் இறுதியில் இந்த அமைப்பை அடைந்தால்தான் நிவர்த்தி உண்டு. ''என் குழந்தைகளே'' என்று அழைத்து சர்வ ஜீவராசிகளையும் முத்தமிட அவர் ஆசைப்

பட்டார். ஆனால், யாருக்கும் அம்மா வேண்டாம். குருவே போதும். யோகினியே போதும். வழிபாடே போதும்... ஆ... நிறைந்த மனதோடு அம்மா என்று அழைக்கின்ற ஒரு குழந்தையையாவது தான் காண முடிந்தால்!...

வைகறை வெடித்து விரிந்து கொண்டிருந்தது. கங்கை விழித்துக் கொண்டது. பூபாள கீதங்கள் முழங்குகின்றன. யோகினி மாதா, புற உலகிற்கு வந்தார். நீண்ட நாட்களுக்குப் பிறகு அவர் நித்திய கர்மங்களை மறந்து விட்டார். தன்னைத் தானே மறந்திருக்கிறார். சந்நியாசினிக்குப் பொருந்தாத பாவச் சிந்தனைகளில் மூழ்கி வழக்கமான நியதிகளுக்குப் பங்கம் வரவழைத்து விட்டார்.

மாதாஜி வேகமாக கங்கையில் இறங்கி மூழ்கினார். அவசரமாக ஓடி வழிபாட்டறையில் உள்ள குருநாதரின் படத்துக்கு முன் வீழ்ந்தார். ''முக்தி தாருங்கள் குரு தேவா! முக்தி தாருங்கள்! எனக்குத் தாங்க முடியாத நிலை வந்து விட்டது. நான் தளர்ந்து விட்டேன். என்னை ஏற்றுக் கொள்ளுங்கள்!''

என்ன ஆச்சரியம்! குருநாதரின் உருவமல்ல. மற்றொரு சாந்த சொரூபமான யோகீசுவரனின் உருவம் கண் முன்னால். இது என்றும் உடனிருந்ததோ? இதுதான் என் குரு தேவனாக இருந்ததோ? நெற்றியை நிலத்தில் பலமாக மோதிக் கொண்டு அவர் அழுதார்.

''இல்லை; தங்களிடமிருந்து எனக்கு விமோசனமில்லை. தாங்கள் தான் என்னுடைய ஈச்வரன்; குரு. தலைவன். மன்னிப்புத் தாருங்கள் குருதேவா! இந்தப் பாவியை ஏற்றுக் கொள்ளுங்கள். அன்று தாங்கள் சொல்லியிருந்தீர்களே, அன்பு பிரிவினை அறியாதது என்று. தாங்கள் ஒரு போதும் என்னுள்ளிருந்து பிரியவில்லை. தங்களைத் தியானிப்பதை விடப் புண்ணியம் வேறு உண்டா?''

அன்று பகற் பொழுது முழுதும் யோகினி தேவி அந்த மண்ணிலேயே தண்டனிட்டபடி கிடந்தார். ''எல்லாவற்றுக்கும் ஆதாரமானவளான பூமி! அவளுடைய அந்தரங்கத்தில் என்னவெல்லாம் தாங்கி இருக்கிறாள்! கருநாகங்கள் இருக்கின்றன. கடும் பாறைகள் இருக்கின்றன. கோடி கோடி மனிதப் பரம்பரைகளின் நாகரிகங்களும் அழிவுகளும் இருக்கின்றன. யுகங்களின் ஒலி இங்கே உறங்குகிறது. புறத்தே பசுமை; உள்ளே அக்கினி. ''சீதா தேவி! மனிதனின் தாயே, தாங்கள் இங்கே அல்லவா அபயம் தேடினீர்கள்? என்னையும் ஏற்றுக் கொள்ளுங்கள். உங்கள் பாத பீடத்தில் எனக்கும் இடம் தாருங்கள்.''

அன்று மாதாஜி ஒன்றும் சாப்பிடவில்லை. யாரிடமும் பேசவும் இல்லை. அந்திப் பூசைக்கு ஆட்கள் வந்து சேர்வதற்குள் அவர் சமநிலை அடைந்திருந்தார். இவ்வளவு சாந்தம் கொண்ட கம்பீர முகமுடைய ஒளி பொருந்திய அம்மாவை இதற்கு முன்பு யாரும் பார்த்ததில்லை.

தர்ப்பைப் புல் பாயில் சம்மணமிட்டு அவர் அமர்ந்திருந்தார். ஆட்கள் வருவதும் வணங்குவதும் உபதேசம் பெறுவதுமாக இருந்தார்கள். சற்று முன்னால் மன உணர்வுகளைப் பொழிந்து கண்ணீர் வடித்த ஒரு சாதாரணப் பெண் இவர் என்று யாருக்கும் தெரியவில்லை. பிரார்த்தனைக் கூட்டம் முடிவுற்றதும் யோகினி தேவி சிஷ்யைகளிடம் சொன்னார்: "நாளை முதல் நான் ஒரு விரதம் அனுசரிக்கிறேன். ஒரு சங்கு அளவு தீர்த்தமும் மூன்று துளசி இலையும் மட்டும் சாப்பிட்டு, மௌனமாகத் தியானம் செய்யப் போகிறேன். பன்னிரண்டு நாட்கள் கழித்தே இனி பிரார்த்தனைக் கூட்டம் நடைபெறும். இது ஒரு பாவத்திற்கான பிராயச்சித்தமாகும்."

17. ஒளிக் கொழுந்துகளின் நடுவில் ஒரு முகம்

வட நாட்டில் எத்தனையோ துறவிகளும் சித்தர்களும் யோகினிகளும் இருக்கின்றனர். சிலர் கொடிய வனங்களில் நிர்வாணமாக அலைந்து மிருகத்துவத்தை அனுஷ்டானம் செய்து வந்தனர். வேறு சிலர் பனி மலைகளுக்கு இடையிலோ, குகையிலோ, மரத்தினடியிலோ தங்கி தியானத்தில் மூழ்கிக் கடும் தவம் செய்து வந்தனர். பழங்கால ரிஷிகளின் பர்ண சாலைகளைப் போல் குருகுலம் ஏற்படுத்தி, தவமும் மந்திரப் பயிற்சியும், கற்பித்தலும் செய்து வந்தனர். நவநாகரிகமான ஆஸ்பத்திகளும், கல்லூரிகளும் அமைத்து உலகிற்குச் சேவை புரிவோரும் இருந்தனர். சொந்த விமானத்தில் ஏறி, உலகமெங்கும் சுற்றி, ஆர்ப்பாட்டமாக யோகப் பிரச்சாரம் செய்கின்ற "குரு மகாராஜ்களும்" இருக்கிறார்கள். பாரதத்தின் ஆன்மீக மையம் இதுதான். ஆர்வம் மிக்கவர்களான மக்கள் தங்களுக்கேற்ற குருவை அணுகலாம்; சந்தேகம் கேட்கலாம். சீடர்களாகலாம். உயர்ந்த இமய உச்சிகளில்தான் சமயத்தின் ஊற்றுக் கண் அமைந்திருக்கிறது.

ஆனால், சுமித்ரானந்த யோகினியுடைய ஆசிரமம் இவைகளிலிருந்து வித்தியாசப்பட்டு, புனித நீராடும் துறைகளிலிருந்து நான்கு காதம் தள்ளி நகரத்தின் கீழ்மட்ட அலுவலர்களும் துப்புரவுத் தொழிலாளர்களும் மற்ற தொழிலாளிகளும் வசிக்கின்ற ஒரு குக்கிராமத்தில் எளிமையாக அமைந்திருந்தது. அவர் இங்கு வந்து அதிக நாட்கள் ஒன்றும் ஆகவில்லை. கொஞ்ச நாள் கடுமையான பனியையும் வெயிலையும் தாங்கிக் கொண்டு மரத்தடியில் அமர்ந்து தியானித்தார். கிராமத்து மக்கள் வந்து சிறிது பாலோ, பழமோ கொடுப்பார்கள்.

அதைச் சாப்பிடுவார். மெல்ல மெல்ல மக்களுக்கு அவர் மேல் நம்பிக்கை ஏற்பட்ட போது ஒரு குடில் அமைத்துக் கொடுத்தனர். ''மாதாஜி மாதாஜி'' என்று அழைத்தபடி பெண்களும் குழந்தைகளும் அணுகினர். எப்போதும் மாலையில் அம்மா புராணம் வாசிப்பார். யாராவது சந்தேகம் கேட்டால் பொருள் சொல்லுவார். வாழ்க்கையோடு தொடர்புடைய சிறிய சிறிய கதைகளைச் சொல்லுவார். தான் உயர்ந்த வள் என்ற எண்ணம் அவரிடம் சிறிதுமில்லை. படிப்பறிவு குறைந்த அந்தக் கிராம மக்கள் அவரைத் தெய்வம் போல எண்ணி வழிபட்டனர். இதோ ஒரு உண்மையான யோகினி. இவருக்கு எல்லாம் தெரியும். இவர் ஆசீர்வதித்தால் அது தவறாது நடக்கும் என்ற புகழ் பரவியது. தீர்த்த கட்டத்திற்கு வருகின்ற ஞானிகளில் பலரும் யோகினி மடத்திற்கு வந்து மாதானியுடன் பேசிக் கொண்டிருப்பது வழக்கமாயிற்று. அது ஓர் அனுபவமாக இருந்தது. கீதையும் உபநிடதமும் மட்டுமல்ல. 'நாராய ணீயம்' என்ற மிக இனிமையான காவியத்தையும் அவர் வழக்கமாகப் பாடியிருந்தார். ஞானம், வைராக்கியம், அன்பு நிறைந்த துறவியாக சுமித்ரானந்தாவின் பேர் புகழ் பெற்றிருந்தது. தன்னைப் பற்றி ஒரு வார்த்தைகூட அவர் பேசியதில்லை. ஆனால், இந்தச் சுத்தானந்த சரஸ்வதியின் சிஷ்யைக்குப் பரிச்சயமான ஒரு சமூக சேவகியினுடைய, ஒரு தேசீய வாதியினுடைய முகச் சாயல் இருப்பதை மக்கள் கண்டு கொண்டனர். அவர் தென்னாட்டில் ஆதிசங்கரரின் பரம்பரையில் வந்த ஒரு பிராமணப் பெண்ணாமே, மாதாஜி கதராடையே அணிவாராம். ஒரு நாளைக்கு ஒரு மணி நேரம் நூல் நூற்கவும் செய்வார். கிராமப் பெண்க ளிடம் அம்மா உபதேசித்தார்: ''தனக்கு வேண்டியதைத் தானே உரு வாக்கிக் கொள்ளணும். இறைவன் அப்படித்தான் படைத்திருக்கிறார். மனம், உடல், வீடு, நாடு இவைகளைச் சுத்தமாக வைத்திருக்கணும். புனிதமான இடத்தில்தான் பகவான் குடிகொள்வான்.'' ஆயிரம் சமூக சேவகர்களால் முடியாத மாற்றங்களை இந்த ஒரு வார்த்தையினாலேயே அவர் சாதிக்க முடிந்தது. ''அம்மா இருக்குமிடத்தில் தெய்வம் இருக் கிறதல்லவா'' என்பது மக்களின் நம்பிக்கை.

யோகினி மடத்தின் தியான அறையில் ஒரு போதும் அணையாத ஓர் அக்கினிக் குண்டம் இருந்தது. பெண் துறவிகளுக்கு யாகம் அவசியமானதல்ல. எனினும், தனக்குப பரிசாகத் தரப்படும் பொருட் களில் ஒரு பாகத்தை அக்கினிக்குச் சமர்ப்பித்த பின் தான் எடுத்துக் கொள்வார். ''அக்னயே இதம் நமஹ'' *(ஹே! அக்கினியே! இது எனக்கு உரியதல்ல, அதனால்தான் உனக்குச் சமர்ப்பிக்கிறேன்).*

நெல், பால், பொங்கல் இவையெல்லாம் நெருப்பில் வெந்து வெடிக்கும் போது அரை நூற்றாண்டுக்கு முன்பிருந்த ஒரு நம்பூதிரி இல்லத்தின் வாசனை பரவும். ''அக்னிதான் உயிர்'' அவர் பக்தைகளிடம்

விவரிப்பார்: ''சர்வ ஜீவ ராசிகளுக்குமாக அன்னத்தை ஏற்றுக் கொள்வது அக்கினியே. அது அனைத்துலக மனிதன். அக்கினி, அனைத்துலக மனித உயிர்களுக்கும் பிரதிநிதி. ஜீவாக்னி கண்ணை மூடித் தியானிக்கும் போது நினைவு வரும் ஆயிரத் திரியின்[1] ஒளிப் பிழம்பில் முதலில் கண்ட ஒரு முகம். யாக நெருப்பின் முன்னால் ஆவணப் பலகையில் அமர்ந்து இருக்கின்ற தம்பதிகள். கணவர் ஹோமப் பொருட்களை நெஞ்சில் சேர்த்து முணுமுணுக்கிறார். ''அக்னியே பிரஜாபதயே நமஃ'' ஹோமம் முடிந்து திரும்பி அருகிலிருக்கும் மனைவியின் நெற்றியில் திலகம் வைக்கிறார். புல்லரிக்க வைத்த நிமிஷங்கள். அன்று யாகமும் வேள்வியும் ஒன்றாகவே இருந்தது. முற்றும் துறந்த கிழவிக்கும் கூட இந்த நினைவு பாவமாகத் தோன்றவில்லை. ஒரு முறை அம்மாவைப் பார்க்க வந்த ஒரு முற்போக்காளர் கேட்டார்: ''அம்மா எதற்கு இந்தக் கடும் கோடையில் கூடத் தீ மூட்டுகிறீர்கள்? மனிதனின் பசியைப் போக்கும் பொருட்களைத் தீயில் எறிவது எதற்கு?''

அவர் ஒரு புகழ்பெற்ற இயற்பியல் விஞ்ஞானி. மாதாஜி சொன்னார்: ''எனக்கு விஞ்ஞானத்தைப் பற்றி ஒன்றும் தெரியாது. அதன் நுட்பமும் தெரியாது. மனதிற்குச் சரி என்று பட்டதைச் செய்கிறேன். இதையும் ஒரு மூட நம்பிக்கையாகச் சேர்த்துக் கொள்ளுங்கள். என் உணர்வின் ஒரு பகுதியை உலக உயிருக்குச் சமர்ப்பிக்க வேண்டும் என்று நான் நினைக்கிறேன். அக்கினி பசியின் உருவகம். இது கற்பனை தான். ஆனால், மனதுக்கு நிறைவாக இருக்கிறது.''

யோகினி மாதா இவ்வாறு கூறியதில் பாதிதான் உண்மை. அவர் தான் பரிமாறி ஊட்ட வேண்டிய யாரையோ நினைத்துத்தான் இந்த ஹோமத்தை நடத்தி வந்தார் என்று உள் மனம் சொல்லியது. அந்த மனிதர் தான் சாப்பிடுவதற்கு முன் விசுவ தேவதையைத் தியானித்து என்றும் உணவு நல்கி இருந்தார். புழு பூச்சிகள் கூட அந்த வழிபாட்டு க்கு உட்படும் என்று சொல்வதுண்டு. எல்லா பந்தங்களையும் நீக்கிய பிறகும் தன்னைத் தானே வெற்றி கொள்ள முடியவில்லையே என்று வருந்திக் கொண்ட மாதாஜி ஹோமத்தை தடையில்லாமல் நடத்தி வந்தார். அக்கினியைப் பற்றி விவாதம் எழும் போதெல்லாம் அவருக்கு யவன புராணத்திலுள்ள இந்தக் கதையும் நினைவுக்கு வரும். எப் போதோ கல்கத்தாவில் கேட்டது. ஆயிரத்தித் தொள்ளாயிரத்து நாற்பத்தி ஏழு ஆகஸ்ட் பதினைந்து. சுதந்திர தினம். காளிகட்டத்திலுள்ள ஒரு

---

1. திருமணத்திற்கு முன் சுமங்கலிப் பெண்கள் சேர்ந்து திரித்த நூல் திரிகளை நெற்றியில் நனைத்து தாம்பாளத்தில் வைத்து விளக்கேற்றி, அதனை முன்னால் பிடித்துக் கொண்டு தான் திருமண மண்டபத்துள் செல்வார்கள். மணமக்களை ஒன்றாக நிறுத்தி அந்தச் சுடரால் சுற்றுவார்கள்.

சிறிய வீட்டில் துயரம் நிரம்பிய ஒரு கிழவரும் அவர் சீடர்களும் ஓய்வெடுக்கின்றனர். பட்டணம் முழுதும் தீப அலங்காரங்கள். நாடு சுதந்திரம் பெற்ற மகிழ்ச்சியை மதிமயங்கிக் கொண்டாடுகிறது. எங்கும் வெற்றி முழக்கம். கொடிகள், தோரணங்கள், மேடைப் பேச்சுக் கள், ஊர்வலங்கள், எல்லாவற்றிலுமிருந்தும் ஒதுங்கி நிராசையுடன் ஒரு தலைவர் கோரைப் பாயில் சம்மணமிட்டு அமர்ந்திருக்கிறார். சிந்தனை யில் ஆழ்ந்திருக்கிறார். ராட்டை சுற்றுகிறது. இராம நாதத்தின் தாளம். நீண்ட நேரம் யாரும் ஒன்றும் பேசவில்லை. பிறகு யாரோ கேட்டார்கள்:

''தாங்கள் ஏன் தில்லிக்குப் போகாமல் இருந்து விட்டீர்கள்? மாபெரும் போராட்டத்தின் பின் கிடைத்த வெற்றி அல்லவா? தாங்களே தலைவர். தங்களுடைய பெயரில் அல்லவா எங்கும் வெற்றி முழக்கம் ஒலிக்கிறது.''

கொஞ்ச நேரம் அவர் ஒன்றும் பேசவில்லை. ராட்டையிலிருந்து நீண்டு வரும் வெள்ளை இழைகளைப் பார்த்துக் கொண்டிருந்தார். இடையில் அறுந்ததை முடிந்து விட்டார். பிறகு சொன்னார்:

''சுதந்திரமா? சுதந்திரம்! சரி வரட்டும். கொண்டாடட்டும். ஆனால், என்னுடைய சுதந்திரம் இதுவல்ல. வெட்டிப் பிளந்த இந்தியா வில் - ரத்தமும், கண்ணீரும், நெருப்பும், பகையும் குதித்துக் கூத்தாடும் இந்த நரகக் காட்சியின் நடுவிலிருந்து கொண்டாடுவதல்ல என்னுடைய சுதந்திரம். இதற்கல்ல நான் பாடுபட்டது. பிரார்த்தித்தது... நான் தோற்றுப் போனவன் குழந்தைகளே! முற்றிலும் தோற்றவன்! என்னைத் தனியே விடுங்கள்! புறக்கணித்து விடுங்கள்! தனிமைப்படுத்தி விடுங்கள்!''

இதயத்தைப் பிளக்கும் இந்த வார்த்தைகளைக் கேட்ட போது சில நாட்களுக்கு முன்பு நடந்த ஒரு சம்பவம் நினைவுக்கு வந்தது. ஒரு யாத்திரையின் நடுவே அது நடந்தது. கருகிய வீடுகள், தகர்ந்த உடல்கள், கற்பழிக்கப்பட்ட பெண்கள், அனாதைக் குழந்தைகள் இத்தனைக்கும் நினைவுச் சின்னமாயிருந்த அந்தக் கிராமத்தின் வழியாக நாங்கள் மௌனமாய் நடந்து கொண்டிருந்தோம். தலைவரின் கைத்தடி நிலத்தில் ஊன்றும் சப்தம் மட்டும் கேட்கலாம். நேரம் அந்திப் பொழுது. துயர் மிகுந்த சுற்றுச் சூழல். அவர் திடீரெனத் திரும்பி நின்று கேட்டார்.

''வழி நன்றாகத் தெரிகிறதா தேவிபகன்?''

''தெரிகிறது பாபுஜி!''

அவர் எச்சரித்தார். ''இருள் கவ்வுகிறது. பார்த்து நடந்து செல்லுங்கள்! காலிடறி விழுந்து விடாதீர்கள்.''

பிறகு அவர் சீடர்களிடம் தன்னுடைய 'அணிவகுப்புப் பாடலான' அந்த ரவீந்திர கானத்தைப் பாடச் சொன்னார்.

ஒளிக் கொழுந்துகளின் நடுவில் ஒரு முகம் 113

''துரதிர்ஷ்டசாலியே! உன்னை அவர்கள் பின்தொடரவில்லை என்றால் நீ தன்னந்தனியே நட...!'' என்று தொடங்கும் பாடல். உடன் இருந்த கவிஞர் அதை இதயத்தைத் தொடும் வண்ணம் பாடினார்.

இறுதியில் —

''நள்ளிரவுப் பேய்க் காற்றில்
நடுங்க வைக்கும் இருட்டினிலே
உள்ளபடி விளக்கேற்றி
உதவ யாரும் இல்லையென்றால்
வேதனையாம் இடிநெருப்பில் - உன்
பேரறிவு விளக்கேற்று!
பூமியொடு வானகமும்
பொங்கும் ஒளி குளித்திடட்டும்.''

என்ற வரியைப் பாடும் போது எரி நட்சத்திரம் முன்னால் பாய்வது போல் தோன்றியது. அந்த மின்னலை, நெருப்பைச் சுடர் வீசச் செய்ய இன்று யாரும் இல்லையா? ஒரு திரியைப் பொருத்திக் காட்டுவதற்கு?

பழைய நினைவுகளில் மூழ்கியிருக்கும் போது சட்டென விளக்கு கள் அணைந்தன. நாற்புறமும் கல் வீச்சு, ஆக்கிரமிப்பு. இப்படிப்பட்ட கலவரங்களுக்கு இடையில்தான் அவர்களுடன் இருந்த பெயர் தெரியாத முதியவர் அவரிடம் கேட்டார்:

''அக்கினி எவ்வாறு பூமிக்கு வந்ததென்று தெரியுமா பகன்ஜி?''

ஐம்பூதங்களில் அது ஒன்று என்றும் மனிதனுக்குள்ளேயே அது இருக்கிறது என்றும் சொல்லியிருக்கலாம். ஆனால், சொல்லியதோ இப்படி:

''இல்லை.''

''அதைப் பற்றி ஒரு பழங்கதை இருக்கிறது'' அவர் சென்னார்: ''கிரேக்க புராணத்தில் உள்ள கதை. முன்பு அக்கினி சொர்க்கத்தில் மட்டுமே இருந்ததாம். வெளிச்சம், வெப்பம், ஆனந்தம் எல்லாம் தேவர்களுக்கு. பூமி குளிரில் மரத்துக் கிடந்தது. இருண்ட பூமிப் பரப்பில் மனிதர்கள் மந்த புத்தியுடன் நடுங்கி நடுங்கி ஊர்ந்து கொண் டிருந்தனர்.

''பிராமித்தியஸ்'' தேவனாக இருந்தாலும் அவனால் மனிதரின் துன்ப நிலையைப் பொறுத்துக் கொள்ள முடியவில்லை. வானுலகத்தார் யாருக்கும் தெரியாமல் அவர் ஒரு தீப்பொறியை பூமிக்கு ஊதி விட்டார். அக்கினிக்கு ஒரு பொறி போதுமே பற்றி எரிய. ஒன்றிலிருந்து மற்றொன் றுக்குப் படர்ந்து பிடித்து பூமியில் அடுப்புகளும் விளக்குகளும் ஒளி வீசத் தொடங்கின. மனிதன் ஆற்றல் பெற்றவனானான். அவனுக்கு அறி வும் தெளிவும் பிறந்தன. பூமியின் முகமே மாறியது. கடைசியில்தான் தேவர்கள் உண்மையை அறிகின்றனர். அவர்கள் ஞானக் கண்ணால்

குற்றவாளியைக் கண்டுபிடிக்கின்றனர். பிராமித்தியஸ் பணிவோடு குற்றத்தை ஒப்புக் கொண்டான். மனித இனத்துக்கு அக்கினியைக் கொடுத்த குற்றத்திற்காக தேவர்கள் அவனைத் தண்டித்தனர். இரு பெரும் கடல்களுக்கு நடுவே ஒரு பாறையில் அவனைச் சங்கிலியால் கட்டிப் போட்டனர். நாள்தோறும் ஒரு கழுகு பறந்து வந்து பிராமித் தியஸின் இதயத்தை - கருணை நிரம்பிய இதயத்தைக் கொத்திப் பிடுங்கித் தின்னும். ஒவ்வொரு இரவும் அவ்விதயத்தின் காயம் ஆறி அது மீண்டும் முழுமை அடையும். மறு நாளும் கழுகு வரும். கூரிய நகங்களினால் கீறி, அலகில் சேர்த்துக் கொத்திக் கிழித்துத் தின்னும். அன்றிரவு மீண்டும் இதயம் வளரும். இவ்வாறு கழுகு கொத்திக் கிழிப்பதும் இதயம் மீண்டும் வளர்வதும் தொடர்ந்து நடந்து வந்ததாம். கழுகு தின்பதற்காக அவ்விதயம் தொடர்ந்து உருவானது ஏன்? அல்லது என்றென்றும் கொத்திக் கிழிக்கும் தாகம் அடங்காதது ஏன்? பின் ஒரு காலத்தில் இறைவன் வந்து கேட்பான்: ''பிராமித்தியஸ், மறுபடியும் நெருப்புக் கிடைத்தால் நீ மனிதனுக்குக் கொடுப்பாயா? பூமியைச் சொர்க்கத்திற்குச் சமமாக மாற்றுவாயா?''

பிராமித்தியஸ் என்ன சொல்வான்? ''இறைவா! என் இதயத்தின் நெருப்பை அணைக்க தங்களால் இதுவரை முடியவில்லை அல்லவா? அது மனிதனுக்குத் தேவைப்படுவது. குளிர்ந்து உறைந்து போன மனித னுக்கு வெப்பத்தைக் கொடுத்ததனால்தான் இவ்விதயம் மீண்டும் மீண்டும் இவ்வாறு வளர்ந்து வருகிறது. பிறருக்குக் கொடுப்பதற்கான இந்த நெருப்பை ஏற்றுவதில் எத்தகைய இன்பம் எனக்கு! முன்பு ஒரு இதயம்தான் இருந்தது. இன்றோ நித்தமும் புதிய இதயங்களின் பரம்பரை. பூக்கள் விரிவதைப் போல நித்தம் நித்தம் புதிய இதயங்கள். மறுபடியும் கழுகை அனுப்புங்கள் இறைவா! மறுபடியும் சங்கிலியால் பிணையுங்கள். தானம் செய்வதற்காகச் சுடர் வீசும் இந்த அக்கினி மட்டும் ஒரு போதும் அணையாமல் இருக்கட்டும்.''

பிராமத்தியஸின் வார்த்தையைக் கேட்ட தேவன் என்ன சொன்னார் என்று தெரியவில்லை. ஆனால் பகன்ஜி இதயத்தில் அக்கனி சுடர் விடும் வரை அதைக் கொத்திக் கிழிக்க இன்றும் கழுகுக் கூட்டம் இருக்கவே இருக்கிறது.''

இத்தனையும் சொல்லி விட்டு அறிமுகமற்ற அந்த மனிதர் இழிவான கோஷங்கள் முழங்கிக் கொண்டிருந்த மக்கள் கூட்டத்துக்குள் இருளில் இறங்கி மறைந்தார்.

நெருப்போடு தொடர்புடைய ஒவ்வொன்றும் தீபம், ஒளி, நெருப்புக் கொழுந்து, வெப்பம் அவருக்கு எப்போதும் போதை ஊட்டுவதாக இருந்தது என்பதை மாதாஜி நினைவு கூர்ந்தார். திடீரென்று மனக் கண்ணில் ஒரு சித்திரம் புலனாகத் தொடங்கியது.

இறந்த காலத்தின் மூடு பனி நடுவில் எங்கோ ஒரு நதி ஓடுகிறது. நதியில் ஒரு பெரிய படகு. போர்த்தி உட்கார்ந்திருந்த பயணிகள், விளிம் பில் உட்கார்ந்து பத்து வயதான ஒரு சிறுமி வெளியே பார்த்துக் கொண் டிருக்கிறாள். எத்தனையோ காட்சிகள்! நீர்ப் பூக்கள், கொக்குகள், முதலைகள் மேலே நிர்மலமான நீல வானில் பிறை நிலா பிரகாசிக் கிறது. ஆ! என்னே அழகு! சிறிது தூரம் சென்ற பிறகு நதி இரண்டு கால்வாயாகப் பிரிகிறது. கரையில் ஓரிடத்தில் கொடி மரம் போல் உயர்ந்த ஒரு கோயில். நிறைய மெழுகுவர்த்திகள் எரிந்து கொண்டிருக் கின்றன. மணியோசை முழங்குகிறது. நலம் பொலிந்திடும் தாயே! என்று தொடங்கும் பாடல். சிறுமி சகோதரனைக் கூப்பிட்டாள். ''அண்ணா! இதோ ஒரு கோயில். நாம் இங்கே இறங்கலாம்; வழிபடலாம்.''

அவன் சொன்னான்: ''அது கோயில் அல்ல; தேவாலயம். கிறித்து வர்களுடைய வழிபாட்டுத் தலம். ஏனம்மா, இங்கே இறங்கி சாமி கும்பிட வேண்டுமா?''

''ஆமாம்'' என்றாள் சிறுமி. விளக்கு வைத்த கோயில்களில் எல்லாம் வழிபடுவது புண்ணியம் என்று. அவள் நம்பி இருந்தாள். ஒரே ஒரு அண்ணன், ஒரே தங்கை, பிடிவாதம் பிடித்தால் சரி என்பார். படகைக் கரையோரம் ஒதுக்கி நிறுத்தி இளைஞன் சிறுமியின் கையைப் பிடித்துக் கொண்டு நடந்தான். தேவாலயத்தின் படியில் ஏறினார்கள். சிலுவையில் அறையப்பட்ட ஏசுவின் வடிவம். அருகில் குழந்தை ஏசுவை கைகளில் ஏந்திய கன்னி மேரி. சுற்றிலும் மெழுகுவர்த்திகள் சுடர் விடுகின்றன. மண்டியிட்டு எழுந்த மக்கள் பிரார்த்திக்கின்றனர். ''நலம் நிறைந்த மாதாவே! உனக்குத் துதி உண்டாகட்டும். துதி உண்டா கட்டும்! ஆகாயத்தைப் போன்று பூமியும் ஆகட்டும்... ஆமேன்!''

சிறுமி கேட்டாள்: ''யார் இந்த அம்மா? ஸ்ரீ கிருஷ்ணன் தாயா? அல்லது ஸ்ரீராமன் தாயா?''

''இல்லை அம்மா, ஏசுபிரானின் அம்மாவான மரியத்தின் சிலை தான் இது. உலகத்தில் இவ்வளவு பேறு பெற்ற ஒரு பெண் வேறு யாருமில்லை. மனித வர்க்கத்தின் மோட்சத்திற்காகப் பலியாடான ஒரு புத்திரன் பிறந்தானே அவருக்கு. சரி, போகலாம். அம்மாவுக்குத் தெரியக் கூடாது. திட்டுவாங்க.''

அவர்கள் படியிறங்கினர். சிறுமிக்கு அவன் கூறியதொன்றும் புரியவில்லை. எனினும் யோசித்தாள். ''ஆகா. எப்பேர்ப்பட்ட நல்ல அம்மா! எத்தனை கம்பீரம்! நானும் இது போல ஒரு அம்மாவாகணும்.''

படகின் உட்புறத்தில் போர்த்தி அமர்ந்திருந்த அம்மா குருவாயூ ருக்குப் பஜனைக்குப் போகிறார். இளம் விதவை. பக்தை. தீண்டாமை கடைப்பிடிப்பவர். விவரம் தெரிந்து கடுமையாகத் திட்டினார். ''குழந்தையைக் கிறிஸ்தவர் கோயிலுக்குக் கூட்டிப் போனாயா?

குட்டனுக்கு ரொம்பத்தான் பைத்தியம். அவளைக் குளிக்க வைத்து உடையை மாற்று. நீயும் குளி. பிறகு ஆயிரத்தெட்டு தரம் பஞ்சாட்சரம் சொல்லுங்கள்.''

அவர்கள் அன்று இதையெல்லாம் செய்தார்கள். ஆனால், 'அம்மா' என்ற பாவனை அன்றுதான் தன் மனதில் ஊன்றத் தொடங்கியது. தாய்மைக்கு மிகவும் ஆசைப்பட்டார். ஆனால், அதுதான் நடக்கவில்லையே. தங்கத்திற்கு மகன் இருப்பானோ? இருந்தால் எப்படி இருப்பான்? யோகினி மாதாவின் உடல் நடுங்கத் தொடங்கியது. மனம் என்ற குரங்கு கட்டுக்குள் நிற்க மறுக்கிறதே. பரம்பொருளைத் தியானிக்கும் போதும் தடையாக நிற்கிறது. சுத்தானந்த சுவாமி அந்திம காலத்தில் சொல்லியிருந்தார்.

''உனது மனம் இப்போதும் அமைதியாக இல்லை என்று எனக்குத் தெரியும் மகளே! நீ அமைதியற்றவள். பழைய வாழ்க்கையில் இருந்து விடுதலை அடையவில்லை. ஆனால், உன்னுடைய இதயத்தில் அக்னி சுடர்கின்றது. புனிதமான, யாக நெருப்பு! அதனுள் இட்டுச் சாம்பலாக்கிச் சாம்பலாக்கிப் பிறவியைப் பவித்ரமாக்கு. நரனை நாராயணனாக வழிபடு. ஒவ்வோர் உயிரும் ஈசுவரன், தத்துவமஸி. பூசிப்பாய். அது நீ ஆகிறாய்; அறிவாய்; அனுபவிப்பாய்.''

குருதேவர் அவர் தலையில் கை வைத்து ஆசீர்வதித்தார். அசாதாரணமான தரிசனம், வாழ்வுப் பெருங்கடல் முழுமையும் கண் முன்னால்; எண்ணற்ற ஒளிக் கோளங்கள், சூரியன்கள், சந்திரன்கள், மனிதர்கள், புழு பூச்சிகள் எல்லாம் ஒரே பேரொளியால் பொதியப்பட்டிருந்தன. பார்த்தனின் விசுவரூப தரிசனம் போல ஒரு நிமிடம் மலைத்து நின்றார். பிறகு அவருக்கு நினைவு திரும்பி விட்டது. குருதேவரின் பாதங்களில் வீழ்ந்து வணங்கினார். சொன்னார்: ''நான் ஆசீர்வதிக்கப்பட்டவளானேன் குருதேவா! ஆசீர்வதிக்கப்பட்டவளானேன்! என்றென்றும் என்னை ஆசீர்வதியுங்கள்!''

அப்படி இந்த அணையாத நெருப்பையும் ஏந்தி மனிதக் கடவுளரின் சேவையில் இறங்கினார். துயரப்படுவோரின் கண்ணீரைத் துடைத்தார். குழந்தைகளோடு சிரித்தார். விசுவப் பிரகிருதி நிகழ்த்தும் மானிட விளையாட்டில் மூழ்கி மௌனமாக ஆதியொளியை வணங்கினர். எனினும் பழைய வாசனைகள் பின்தொடர்கிறதோ. மனம் சஞ்சலம் அடைகிறதே. அடக்கம், ஒழுக்கம், தவம், மாதாஜி ஹோமாக்கினிக்கு முன்னால் தியானத்தில் அமர்ந்தார். ஐம்பூதங்களுடைய சக்தியை ஒருங்கிணைத்துத் தன்னையும் சக்திப்படுத்திக் கொள்ள முயன்றார்.

''ஓம் நமோ நாராயணாய''

கங்கைக் கரையில் யாரோ ஒரு புரோகிதன் வால்மீகி இராமாயணத்தைப் படித்துப் பொருள் சொல்லிக் கொண்டிருந்தான். அனுமான்

லங்கா தகனத்தை முடித்து, தன் அறிவுச் சூனியத்தால் சீதா பிராட்டியும் வெந்து இறந்து விட்டாளோ என்று தவிக்கிற பகுதி. அவன் தனக்குத் தானே ஆறுதல் சொல்லிக் கொள்கிறான்.

"அதவா, சாருஸர்வாங்கி
ரக்ஷிதா ஸ்வேன தேஜஸா
தை நசிஷ்யதி கல்யாணி
நனாக்னிரக்னௌ ப்ரவர்த்ததே
... ...
தபஸா சத்யவாக்யேன
அனன்யத் வாச்ச பர்த்தரி
அபி ஸா நிர்த்தஹே தக்னிம்
நன தாமக்னி ப்ரதக்ஷ்யதி...
(உறுப்பெலாம் அழகுமிக்காள்
உள்ளொளி ஆற்றல் கொண்டாள்
மங்கல மங்கை மாய்வதுண்டோ?
நெருப்பு நெருப்பை அழிக்குமோ?
... ...
தவம், வாய்மை, கற்பெனும்
குவி நெருப்பால் இவள் அழிப்பாள்
சுடு நெருப்பை; இவளைத் தீ
தொடுவதுண்டோ?")

(வால்மீகி ராமாயணம்:
சுந்தர காண்டம் - 55வது அத்தியாயம்)

18. யுகப் பிறவி

ஆவணி மாதம். துவாதசி நாள். அதிகாலை. மாதாஜி இன்று உண்ணா நோன்பை முடித்துக் கொள்வார். உண்பார். அன்பின் இனிமை கலந்த அக்குரல் மீண்டும் ஒலிக்கும். பக்த கோடிகளின் சந்தேகங் களுக்குப் பதில் கிடைக்கும். கிராமவாசிகளின் அம்மா விழிப்பார். அதிகாலையிலிருந்து யோகினி மடத்தில் கூட்டம் அதிகரித்தது. எல்லோருக்கும் பயமாக இருந்தது. முதியவரான துறவி கடுமையான விரதத்தை மேற்கொண்டிருக்கிறார். எதற்காக இவ்விரதம்? மாதாஜி யைப் பொறுத்தவரை எந்தப் பாவமும் செய்யாதவர். சுத்தானந்த சரஸ் வதியின் இந்தச் சிஷ்யை எந்தத் தவறுக்குப் பிராயச்சித்தம் அனுஷ்டிக்க வேண்டும்? உலக நன்மைக்கல்லாமல் யோகிகளுக்குத் தவம் எதற்கு? ஒரு வேளை, இறுதி நிர்வாண நிலையாக இருக்குமோ? சந்நியாசி

களுக்கு இப்படியொரு வழக்கமும் இருக்கிறதே. சுத்தானந்த குருவும் கூட சீடர்களை ஆசீர்வதித்து விட்டு ஒரு குகைக்குள் சென்று ஏழாம் நாள் இறுதிச் சமாதி அடைந்து விட்டதாகக் கேள்விப்பட்டதுண்டு. சிஷ்யை கள் தவிப்பும், பயமும், பக்தியும் கலந்த மனத்தோடு காத்து நின்றனர். அடங்கிய குரலில் உரையாடினர். வழிபாட்டுப் பொருள்களை முன் வைத்தனர்.

''இல்லை, அம்மாவுக்கு ஒன்றும் ஆகாது. அவர் முன்பு நாற்பத்தி யொரு நாள் உண்ணாவிரதம் இருந்திருக்கிறாராமே. காந்திஜி அப்படித் தான் இருந்தார். தன் சீடர்களின் தவறுக்கும் தானே பிராயச்சித்தம் செய்வார். காந்தி சிஷ்யை அல்லவா மாதாஜி. பகவானே! ஏதும் செய்து விடாதே.''

''அம்மா நமக்காகப் பிரார்த்தித்துக் கொண்டிருப்பார்கள். இவ் வளவு உபதேசங்களையும் கேட்டும் நாம் நல்லவர்களாகவில்லையே. தீர்த்தக் கட்டத்தில் என்னவெல்லாம் பாவங்கள் நடக்கின்றன? சந்நி யாசிகள் கூடப் பாவிகளாகி விட்டனர். உலக மாயையான அந்தச் சக்தி தான் வர வேண்டும். இவற்றை அழிக்க. இவர் யோகினியல்லவா!''

''தீர்த்தக் கட்டத்தில் ஏதோ ஒரு பெண் இவரைச் சோதித்துக் கேலி பண்ணினாராமே. அப்போது தொடங்கியது இந்த மௌனம். அன்று ஆசிரமத்திற்கு வந்து இரவு முழுதும் தியானத்தில் இருந்தார். மறுநாள் தொடங்கியதுதான் விரதம். தேவி மகமாயி! எங்களைக் காத்தருள்வாய்! ஆசீர்வதிப்பாய்!'' கலங்கிய கண்களுடன் ஒரு பக்தை பிரார்த்தனை செய்தாள்.

யோகினி மாதா இவை எதையும் கேட்கவில்லை. அவர் தனக்குள்ளேயே லயித்துக் கொண்டு தியானத்தில் இருந்தார். இடையே கண்களைத் திறக்கும் போது பக்தர்களின் காணிக்கைகளை ஏற்றுக் கொண்டு அதில் ஒரு பகுதியை அக்னிக்குச் சமர்ப்பித்து விட்டு மீதத்தை எல்லோருக்கும் தரும்படி சிஷ்யைகளிடம் ஒப்படைத்தார். பால், நெய், ஆகுதி ஆகியவற்றை உண்ட அக்னி சூரியனாய்ச் சுடர் வீசி நின்றது. அக்னியை விடவும் பிரகாசம் மிக்க யோகினி. விரதங்களால் மெலிந்து போன அவருடைய உருவம் தங்கப் பிரம்பு போல் பளபளத்தது. பத்மாசனத்தில் சம்மணமிட்டு அமர்ந்திருந்தார். உதடுகள் இறுகிய கோலத்தில் பாதி மூடிய கண்கள். ஒரு தெய்வீக அமைதி. தபோ வனத்தின் உமையைப் போலன்று; வால்மீகி ஆசிரமத்தின் சீதையைப் போன்ற கம்பீரத் தோற்றம்.

காலைப் பூசை நேரத்தில் சிஷ்யைகள் மணி ஓசையால் அம்மாவை எழுப்பினர். விரதத்தை முடித்துக் கொள்ள, பாலும், தீர்த்தமும் குண்டத்தின் அருகில் வைக்கப்பட்டிருந்தன. ஆனால், அதை அவர் கண்டு கொள்ளவே இல்லை. ஒவ்வொருவராக வந்து போய்க்

கொண்டிருந்த பக்தர்களின் வணக்கத்தை ஏற்பதும் ஆசீர்வதிப்பது மாகவே இருந்தார். பக்தர்களோ அம்மாவைப் பற்றியல்ல, ஆசீர் வாதத்தைப் பற்றியே நினைத்துக் கொண்டிருந்தார்கள். ''நான் முன்னால் - நான் முன்னால் - நான் முன்னால்'' என்பதைப் போல் இடித்துக் கொண்டு முன்னேறினார்கள்.

கூட்டம் சிறிது குறைந்த போது மாதாஜி தலையை உயர்த்திப் பார்த்தார். அவருடைய அருட் கண்கள் அனைத்தையும் தழுவி மீண்டு வந்தன. நீண்டு அடர்ந்து நிறம் மங்கிய கண் இமைகள் - அவைகளுக் கிடையே கருணை ததும்பும் அழகிய கண்கள். நெற்றியின் நடுவில் தண்டனிட்டு வணங்குவதால் ஏற்பட்ட நெற்றித் தழும்பை விடப் பெரிதான ஒரு காயத்தின் தழும்பு...

திடீரென்று கூட்டத்தின் கடைக்கோடியில் ஒதுங்கியிருந்த ஒரு பெண் நினைவிழந்து நிலத்தில் சாய்ந்தார், மயங்கியவர் முணுமுணுத் தார். ''ஓ... என்னுடைய அண்ணி... என்னுடைய... என்னுடைய...''

கூட்டமே குழப்பத்தோடு பார்த்துக் கொண்டிருக்க யோகினி தேவி மெல்ல எழுந்து முன்னால் வந்தார். அவர் அந்தப் பக்தையின் தலையை வருடிக் கொடுத்தார். ''பாக்கியவதி! அமைதியாய் இரு. பரமாத்மா உன்னைக் காப்பாற்றட்டும்!''

தூய வெள்ளை ஆடை அணிந்து, வெளுத்துத் தடித்துத் தலை நரைத்து, இப்பக்கத்துக்காரி போலத் தெரியாத - அந்த முதியவளின் தலையை மடியில் வைத்து ஒரு சிறுமி அழுது கொண்டிருந்தாள். முன்பு எப்போதோ பார்த்த நினைவுள்ள சாயலில் இருந்தாள் அவ்வழகிய சிறுமி. அருகில் நின்றிருந்த இளைஞன் சொன்னான்: ''பயப்பட ஒன்றுமில்லை. இது வழக்கமானதுதான். உடனே சரியாகி விடும்.''

யோகினி மாதா ஜெபித்துக் கொண்டேயிருந்தார். அவருடைய கை பட்டு அந்த முதியவள் எழுந்தாள். அவர்கள் ஒருவரையொருவர் பார்த்துக் கொண்டு அசைவற்றிருந்தனர். பிறகு அம்மாவின் நீட்டிய கைகளைப் பிடித்துக் கொண்டு அம்முதியவள் மெல்ல எழுந்தார். வணங்கினார்; மண்டியிட்டு வணங்கினார். கண்களில் நீர் நிறைந் திருந்தது. திக்கித் திக்கிச் சொன்னார்:

''எனக்கு மன்னிப்பு தாருங்கள் அம்மா! நான் மீண்டும் வந்திருக் கிறேன். என்னால் வராமல் இருக்க முடியாது. என் அறிவீனத்தைப் பொறுத்துக் கொள்ளுங்கள். வெகு தொலைவில் கேரளத்தில் எனக்கு ஒரு குரு இருந்தார். ஆச்சாரியர், சாமியார். அவர் என்னை ஆசீர்வதித் திருந்தார். எப்போதாவது நீ உன்னுடைய தெய்வத்தைக் காண்பாய். பிரசாதம் பெறுவாய். அப்போது என்னுடைய ஆசீர்வாதத்தையும் கொடு! பிறகு சொல். ''நான் அவருள் என்றும் எழுந்தருளியிருந்தேன்... என்று... என்றும்...''

மாதாஜி எவ்வித உணர்வுமின்றிக் கேட்டார்:

''அந்தக் குரு இப்போது எங்கே இருக்கிறார்?''

பக்தையின் தொண்டை அடைத்தது.

''அவர் இப்போது இல்லை அம்மா! அவர் இந்த உலகத்திற்கு உரியவரல்ல. வந்த உலகிற்கே திரும்பிப் போய் விட்டார். போவதற்கு முன் சொன்னார்: ''என்னுடைய வாரிசாக ஒரு பெண் இருந்தாள். உன்னுடைய மகள்தான் அதன் தொடர்ச்சி என்று. அவளுக்குத் தேவகி என்பது பெயர். தேவகி மைந்தா காப்பாற்றுவாய்'' என்று பிரார்த்தித்துக் கொண்டேதான் அவர் அமரத்துவம் எய்தினாராம்.''

சுமித்ரானந்த யோகி நடுங்கவில்லை. வெளிறிப் போகவில்லை. நினைவிழக்கவில்லை. நான் எவ்வளவு நாளாக இத்தகைய முக்திக்காகத் தவம் கிடக்கிறேன். ஆயினும் என்ன? என்று கேட்பதைப் போல் அசை வற்று வானத்தைப் பார்த்துக் கொண்டு ஒரு நிமிடம் இருந்தார். பிறகு சாவகாசமாகச் சொன்னார்: ''போனவர்கள் பாக்கியசாலிகள்! வாழ்பவர் கள்தான் துன்பப்படுபவர்கள். இது உனக்குத் தெரியுமல்லவா, பாக்ய வதி! எல்லாவற்றையும் துறந்து விட்ட இந்தத் தவசியை நீ எதற்காகப் பின்தொடர்கிறாய்? உன்னுடைய ஆசை என்ன?''

பக்தைக்கு இந்த முறை அழுகை பீறிட்டுக் கொண்டு வந்தது. அவர் சொன்னார்: ''நான் இந்த வயதான காலத்தில் தீர்த்த யாத்திரை புறப்பட்டது சும்மா அல்ல அம்மா! நிறைய பாவங்கள் செய்து விட்டேன். உற்றாரை மறந்தேன்... சுக போகங்களில் மூழ்கிப் பணத் தாலும் புகழாலும் பெருமை கொண்டேன். எல்லாவற்றையும் விட வாக்குத் தவறிய பாதகியுமானேன் நான். சிறு வயதில் எனக்கொரு தோழியிருந்தார். தோழியல்ல. உறவினர்; உறவினரல்ல; உயிருக்கு உயிரானவர்! அவருக்கு நான் வாக்குக் கொடுத்திருந்தேன். என்னுடைய குழந்தைகள் அவருடையவர்களும் ஆவார்கள்; என்றென்றும் மறக்க மாட்டேன் என்று. ஆனால், சுக போகத்தில் மயங்கினேன். எல்லாவற் றையும் மறந்தேன். அந்தப் பாவத்தைத் துடைப்பதற்காகவும், நான் இந்தப் பயணத்தை மேற்கொண்டேன். அதிர்ஷ்டவசமாகத் தங்களைப் பார்த்தேன். தங்களுக்கு எல்லாம் தெரியுமல்லவா? தாங்கள் தெய்வ மல்லவா? மன்னித்து விட்டேன் என்று ஒரு வார்த்தை அருளுங்கள்! இந்தக் குழந்தைகளை ஏற்றுக் கொள்ளுங்கள்! ஆசீர்வதியுங்கள்!''

யோகினி மாதா சொன்னார்: ''பாவமென்று ஒன்றில்லை, பாக்கிய வதியே! யார் யாருக்கு மன்னிப்பு தருவது? யார் பாவம் செய்யாதவர்? பாவம் என்பதென்ன? பரமாத்மாவின் சந்நிதியை அடையும் போது

யுகப் பிறவி 121

பாவ புண்ணியங்கள் எல்லாம் ஒன்றாகி விடுகின்றன; இன்ப துன்பங்கள் ஒன்றாகின்றன. இறந்த காலம் எதிர்காலங்கள் கூட ஒன்று தான். அன்பு வடிவான உண்மை மட்டும் நிலை நிற்கிறது. இதைப் புரிந்து கொள். சாந்தி கிடைக்கும்.''

முதியவளான அடியவள் சற்று ஆலோசித்தாள். பிறகு கைப் பையைத் திறந்து ஒரு சிறிய பொட்டலத்தை எடுத்தார். ''இது என்னுடைய குரு நம்முடைய குழந்தைக்குப் பரிசாகக் கொடுத்தது. துன்பமயமான ஒரு திருமண வாழ்வின் சின்னம் இதனுள் இருக்கிறது. திருக் கரங்களால் தொட்டு ஆசிர்வதிக்கவோ, தூக்கி எறியவோ செய்யலாம்! அம்மாவுடைய கையினால் தொடாமல் அதற்குப் பரிசுத்தமில்லை.''

யோகினி மாதா உணர்ச்சி வசப்படாமல் அந்தப் பொட்டலத்தைப் பிரித்தார். நைந்து போன வெள்ளைச் சரடில் கோர்த்த ஒரு சிறு தாலியை எடுத்தார். ஒரு நிமிடம் உற்றுப் பார்த்தார். பிறகு யாதொரு உணர்ச்சி பாவனையுமன்றி முன்னாலுள்ள அக்கினி குண்டத்தில் சமர்ப்பித்தார்.

''அக்னயே இதம் நமஹ''

உலகியலின் தூசு போல் சரடு உடனே எரிந்து போனது. சூடான பொன் ஒளிர்ந்து மின்னுகிறது. யோகினி மாதா மெலிந்து நீண்டு சுருக்கங்கள் நிறைந்த தன் விரல்களால் தயக்கமின்றிப் பழுத்துக் காய்ந்த அந்த உலோகத்தைத் துழாவி எடுத்தார். தீர்த்தக் கமண்டலத்தின் புனித நீரிலிட்டுக் குளிர்வித்தார். உள்ளங்கையில் வைத்துத் தேய்த்துத் தேய்த்து பளபளப்பாக்கினார். வைகறை போல் அழகாகவும், பூஜை மலர்களைப் போல் பரிசுத்தமாகவும் திகழ்ந்த அந்தப் பெண் குழந்தையின் கைகளில் பளபளக்கும் அந்த உலோகத்தை வைத்துச் சொன்னார். ''குழந்தை! இதோ, இதை வாங்கிக் கொள்! இது சுத்தத் தங்கம்! கலப்படம் செய்யக் கூடாது. உருக்குத் தட்டி உன் தலைமுறைக்குப் பிடித்தமான நகையாகச் செய்து கொள். நன்றாகப் பாதுகாக்க வேண்டும். ஒரு போதும் இதனுடைய மாற்றுக் குறையலாகாது. **ஸ்வஸ்திர்பவது! ஸ்வஸ்தி! ஸ்வஸ்தி!**...''

யோகினி மாதாவின் கண்கள் வான வெளிக்குத் தாவியது. அங்கு அவர் வேறு யாரையோ காண்பதைப் போலிருந்தது. பரம்பொருளைக் காண்பது போல, பரம்பொருளில் லயித்தது போல. அங்கு வேதனையில்லை; துக்கமில்லை; மோகமில்லை; நிராசையில்லை; பேரின்பம் மட்டும் அனுபவப்படுகிறது. பிரபஞ்சமே உறைந்து நிற்பதைப் போல உயரத்தில் பறக்கச் சிறகை விரித்து நிற்கின்ற தேவதையைப் போலத் தோன்றியது அந்த வடிவம்.

புலன்கள் செயலற்றுப் போன அவ்வேளையில் ஒரு வியப்புப் போல பக்தர்களின் பின்னால் ஒதுங்கி நின்றிருந்த அந்த இளைஞன் முன்னால் வந்த அம்மாவின் காலடிகளில் சாஷ்டாங்கமாய் விழுந்து வணங்குவதை அவர்கள் பார்த்தனர். அவன் ஒன்றும் சொல்லவில்லை. ஆனால், கண்களில் நீர் நிறைந்தது. 'அம்மா திரும்பி வாருங்கள்! திரும்பி வாருங்கள்! திரும்பி வாருங்கள்' என்று கெஞ்சுவதைப் போல. கடைசியாக இதோ நான் வந்திருக்கிறேன். நான் இதோ வந்து விட்டேன். நான் இதோ...'' என்று ஓலமிடுவதைப் போல.

மாதாஜி ஆகாயத்திலிருந்து கண்களை அகற்றிக் கொண்டார். கீழே அவர் முன்னால் மாபாதங்களில் தலை வைத்தவாறு மகன். ஆம் மகன். சீடனல்ல, பக்தனல்ல, மகனேதான். அவருக்கு சற்றே யோசனை. பிறகு அவனுடைய தலையில் கரத்தை வைத்தார். அங்கொன்றும் இங்கொன்றும் நரைத்திருந்த சுருண்ட முடியைக் கோதினார். ஆசீர்வாதமோ? ஏற்போ? அவருடைய துடிக்கும் உதடுகளில் இதுவரை உச்ரிக்காத இந்த ஒலி கேட்கலாயிற்று.

''மகனே... என் மகனே!...'' வரப் போகின்ற தலைமுறைகள் எல்லாம் இக்குரலைக் கேட்டிருக்க வேண்டும்.

''அம்மா!''

''மகனே!''

''அம்மா!''

''மகனே!''

அண்ட சராசரங்கள் அனைத்தும் இக்குரலை வாங்கி எதிரொலித்திருக்க வேண்டும். எல்லையற்றதான எல்லை வரை கேட்டிருக்க வேண்டும். இயற்கையின் அனைத்து அங்கங்களிலிருந்தும் தாய்ப் பால் ஊறி வருவது போல தவத்தின் இறுதியில் புதிய யுகம் பிறக்கலாயிற்று. மங்கலச் சொல்கூட நிசப்தமாக இருந்தது. "ஸ்வஸ்திர்பவது! ஸ்வஸ்தி... ஸ்வஸ்தி!..."

பின்னிணைப்பு

'**அ**க்னி சாட்சி' என்னும் இந்த நாவலை வாசகர்கள் முன்னால் சமர்ப்பிக்கும் பொழுது பின்னிணைப்பாகச் சில சொற்களை இங்கு கூற நான் விரும்புகிறேன். இதனை வாசகர்களுக்கும் படைப்பாளிக்கும் இடையிலுள்ள நட்பான உரையாடல் என்று கருதினாலும் போதும்.

நான் ஒரு நாவல் படைப்பாளி அல்ல. நாவலைப் போன்ற ஒரு பெரிய இலக்கிய வடிவத்தின் முழு உருவத்தை மனதில் கற்பனை செய்து ஒரு தவம் போல் மேற்கொண்டு அதனை முழுமைப்படுத்த வேண்டிய பொறுப்பு மிக்க பணியைச் செய்ய இளமையிலோ, நடுத்தர வயதிலோ எனக்கு வாய்ப்பு ஏற்படவில்லை. எளிய கேரளக் குடும்பங் களின் தாய்மார்களாக, வீட்டுத் தலைவியர்களாக, விருந்துபசரிக்கும் கடமையாளர்களாக இருக்கின்ற பெண்களுக்கு எழுத்தை ஒரு முழு நேரத் தொழிலாக அமைத்துக் கொள்ள இயலாது அல்லவா? சற்று ஓய்வு கிடைக்கும் போது ஏதோ துண்டு துக்காணியாக எழுதுவேன். கதைகள், கவிதைகள், கட்டுரைகள், ஒரு சமயம் ஒன்றிரண்டு நாவல்கள் சிறிதளவு எழுத முயன்று கை விட்டு விட்டேன். அப்படியே காலம் ஓடி விட்டது. இனி இந்த அறுபத்தி ஏழாம் வயதில் மனுதுக்கிசைந்த ஒரு நாவலை எழுதி முடிக்கலாமென்ற ஆசையோ, துணிச்சலோ முற்றிலும் இல்லை. இருந்த போதிலும் இதோ நாவல், வடிவத்தில் ஒரு சிறிய புத்தகத்தை உங்கள் முன் படைக்க நல்வாய்ப்பு வந்திருக்கிறது. இது எவ்வாறு நேர்ந்தது என்பது தெளிவாகத் தெரியவில்லை. விதி என்ற சொல் இப் புத்தகத்தில் பல இடங்களிலும் திரும்பத் திரும்ப வருகிறது. இந்த விதி என்பதுதான் என்ன? தவிர்க்க முடியாதபடி நமக்கு நேர்கிற அனு பவங்களும் நிகழ்ச்சிகளுமா? அல்லது நமக்கே விளங்காதபடி நம்மை இயக்கி நடத்துகிற வினைகளின் தூண்டுதலா? நான் விதியை நம்பாத வளாய் இருந்தேன். அறிவினாலும் ஆற்றலினாலும் மனிதன் பெற

முடியாதது எதுவுமில்லை என்று கருதியிருந்தேன். ஆனால், இந்த நாவலை நான் எழுதியது என்னுடைய திறமையினால் மட்டுமல்ல என்பதை நான் வெளிப்படையாகக் கூற முடியும்.

இந்தக் கதை முற்றிலும் கற்பனைப் படைப்பல்ல. கண்டும், கேட்டும், அறிந்தும், அனுபவித்தும் மனதில் தைத்த கதைகளையே நான் எழுதுவது வழக்கம். உண்மை கற்பனையை விடவும் அதிசயமாக இருப்பதைப் பல நிகழ்ச்சிகளிலும் நான் கவனித்திருக்கிறேன். ஆனால், இந்த அளவுக்கு உள்ளார்ந்த அனுபவ உணர்வோடு நெஞ்சைத் தொட்டதும், எத்தனை ஒதுக்கி வைத்தும் அகலாது உணர்வுகளுக்குள் ஒன்றிக் கலந்து பல நாட்களுக்குப் பின் உடைந்து பெருகியோடியதுமான நெருங்கிய உறவு வேறு எந்தக் கதையிலும் எனக்கு நேரவில்லை. எவ்வளவோ காலம் அது என் மனதை வெம்ப வைத்திருந்தது. ஏகாந்த வேளையில் கண்ணீர் கசிய வைத்திருக்கிறது. 'என்ன நேர்ந்தாலும் எழுதப் போவதில்லை. இதை மட்டும் எழுத மாட்டேன். இல்லை, இல்லை' என்று உறுதியாக முடிவெடுத்திருந்தேன். மனித முடிவுகள் எத்தனை பலவீனமானவை! இதோ என் தோல்வியை நான் ஒப்புக் கொள்கிறேன். வாசகர்களிடமிருந்து மறைத்து வைக்க எழுத்தாளனிடத்தில் ஏதுமில்லையென்பதால் முதன் முறையாக அந்தக் கதையைச் சொல்கிறேன்.

இதன் படைப்பு மூன்று கட்டங்களில் அமைந்தது.

முதலாவது - விதை தூவுதல் என்ற மகத்தான நிகழ்ச்சி. அது நடந்தது 1962 மே மாதத்தில் உத்தரப் பிரதேசத்திலுள்ள ஒரு புண்ணிய தீர்த்தக் கரையில். அங்கே முற்றிலும் எதிர்பாராத நிலையில் நான் ஒரு பெண் துறவியைச் சந்தித்தேன். அவர் ஒரு மலையாளி. காவியில் நனைத்த கதர்ச் சேலையும், ரவிக்கையும், சால்வையும் தரித்திருந்தார். தலையை மொட்டை அடித்திருந்தார். அந்த வட்டாரத்திலிருந்த ஆசிரமங்களையும் முனிவர்களையும், வாழ்க்கை நெறியையும் குறித்து நாங்கள் சிறிது உரையாடினோம். என்னுடைய பழைய சிநேகிதியான ஒரு சமூக சேவகி துறவியாகி அங்கு எங்கோ இருப்பதாகக் கேள்விப் பட்டிருந்தேன். அவரைத் தெரியுமா என்று கேட்டேன். சட்டென அவருடைய முகம் வெளிறியது. சாயலின் தனித் தன்மை நினைவுக்கு வந்த போது நானும் வெளிறிப் போனேன். நான் விசாரித்த அவர்தான் இந்தப் பெண் துறவி. இருபதுக்கு மேற்பட்ட ஆண்டுகள் மனிதர்களில் ஏற்படுத்தி விட்ட மாற்றம். ஒருவரையொருவர் அடையாளம் கண்டு கொண்டதும் ஒரு வார்த்தை கூடப் பேசாமல் திடீரெனக் கமண்டலத்தை எடுத்துக் கொண்டு அவர் கங்கைக் கரை நோக்கி நடந்து விட்டார். ஒளி

நிரம்பிய அந்த உருவையும் நிழலையும் பார்த்தபடி நெடு நேரம் செயல் அற்று நின்று விட்டேன். *(நேரம் பிற்பகலாகி விட்டபடியால் பின்பக்க நிழல் நீண்டிருந்ததாகத் தெரிந்தது).* எனக்கு மிகுந்த துக்கம் ஏற்பட்டது. குடும்ப வாழ்வை மறந்தோ, துறந்தோ பொதுப் பணியில் ஈடுபட்டு முடிவில் துறவில் அபயம் தேடிய வேறு சில பெண்களின் கதையும் எனக்கு நினைவுக்கு வந்தது. பவித்திரமான இந்தச் சரித்திரங்கள் மனத்தில் இருப்பதுதான் சரி. எழுதலாகாது என்று முடிவு செய்தேன். அப்படியே இந்த நிசப்த துக்கத்தின் கதையையும் உள்ளத்தின் மூலையில் ஒதுக்கி வைத்து ஏழெட்டு ஆண்டுகளாகி விட்டன. முடிவில் நான் அதை மறந்து போனேன்.

இரண்டு — 1970 மே மாதத்தில் திருவனந்தபுரத்தில் ஒரு பலவீனமான கணத்தில் வானொலிக்கு ஒரு தொடர் கதை தருவதாக வாக்களிக்க நேர்ந்தது. கதையின் தலைப்பை முதலில் கொடுத்துவிட வேண்டுமே. நான் யோசித்தேன். 1945இல் எழுதியதென்று நினைக்கிறேன் - ஒரு சிறுகதையின் ஞாபகம் வந்தது. அதன் பெயர் 'பிரசாதம்' புரட்சிக்காரியான ஒரு சமூக சேவகி, புரட்சியின் சூடாறிய வேளையில் தோழர்களிடமிருந்தும், எதிரிகளிடமிருந்தும் ஒரே மாதிரி கல்லடி பட்டு மனம் தளர்ந்து, முடிவில் ஈசுவர பஜனையில் பாதுகாப்பைத் தேடிக் கொண்டாள் என்பது கதை. அதை ஒரு நாவலாக உருவாக்கலாம் என்று யார் யாரோ அப்போது கருத்துரைத்திருந்தனர். எல்லாருக்கும் தெரிந்த கதை அது. சரி பெயரைத் தந்து விட்டேன். 'பிரசாதம்'. பதினைந்து நிமிடம் வாசிப்பதற்கேற்றவாறு மொத்தம் பத்து பாகங்கள். ஒவ்வொன்றாய் எழுதிக் கொடுத்தேன். கொஞ்சம் படிக்கக் கேட்ட பிறகு தான் இது நான் எழுதத் திட்டமிருந்த கதை அல்ல என்பதும், மனதில் ஒளித்து வைக்கப்பட்டிருந்த மற்றொரு கதை தன்னை அறியாமல் வெளியே குதித்து வந்து விட்டது என்பதும் சந்தேகமாய் எழுந்தன. வானொலியில் ஒலிபரப்பப்பட்ட பின் பாராட்டும் கிடைத்தது. ஆனால், நாவலை இந்த வடிவில் வெளியிடும் திட்டத்தைக் கைவிட்டேன். இதை வெளியிடவே கூடாது என்றும் முடிவெடுத்தேன். அப்படி ஓடிற்று ஆறேழு ஆண்டு காலம்.

அந்த நிலையில் முற்றிலும் எதிர்பாராத வண்ணம் சென்ற மே மாதத்தில் 'மாத்ரு பூமி' வாரப் பத்திரிகைக்கு ஒரு நாவல் எழுதித் தரும்படி ஆசிரியர் கேட்டுக் கொண்டார். முதலில் நான் திடுக்கிட்டேன், திகைத்தேன். இந்த வயதான காலத்தில் இனிமேல் ஒரு நாவல் எழுதுவதா? வலியெடுக்கும் வலது கையையும், பார்வை பழுதடைந்த கண்களையும் வைத்துக் கொண்டு... முடியாது, முடியாதென்று சொல்லி விடலாம். அப்புறம் தோன்றிற்று. ஏன் எழுதிப் பார்க்கக் கூடாது?

இதுவும் விதியின் கட்டளை ஆகலாம் அல்லவா. பழைய நோட்டுப் புத்தகங்களில் அரையும் குறையுமாகச் சில நாவல்களின் குறிப்புகள் உண்டு. எடுத்துக் குப்பை தட்டிப் பார்த்தேன். கடைசியில் இந்தக் கதையைத் தேர்ந்தெடுத்துக் கொண்டேன். மார்பில் பற்றிக் கிடக்கும் குழந்தையைப் போன்று பறித்தெறிய முடியாதது அல்லவா இந்தக் கதையின் கரு? கதையின் வடிவத்தை மாற்றிப் புதிதாக்கினேன். கதை முற்றிலும் புதியதாக மாறியது. அதனுள் நான் வாழத் தொடங்கினேன். கதை சொல்லும் முறை கதைப் போக்கிற்கேற்ப வந்து பொருந்தியது. ஒரு நீண்ட காலகட்டத்தின் சரித்திரம் சிறிய அளவில் சுருங்கியதற்கேற்ப நடை உருவாகியிருக்க வேண்டும். தங்கம் நாயரின் பார்வையில் முதல் பதினைந்து அத்தியாயங்களும், தேவிபகன் பார்வையில் மீதிப் பதினைந்து அத்தியாயங்களுமாக மொத்தம் முப்பது அத்தியாயங்களை இரண்டு பாகமாக எழுதி முடிக்கத் தீர்மானித்திருந்தேன். ஆனால், பல காரணங்களால் இரண்டாம் பாகத்தை மூன்றே அத்தியாயங்களில் முடிக்க வேண்டி வந்தது. தேவிபகனின் சரித்திரத்துக்கு இதனால் ஒரு குறை ஏற்பட்டிருக்கலாம். மன்னியுங்கள்!

    இந்தக் கதை முழுவதும் கற்பனையல்ல என்று கூறியிருந்தேன் அல்லவா? ஆனால், இது யாருடைய புகைப்படமோ, வாழ்க்கை வரலாறோ அல்ல என்பதும் உண்மை. தீர்த்தக் கட்டத்தில் கண்ட பெண் துறவியினுடைய சரித்திரத்தையோ, வேறு யாருடைய சரித்திரத்தையோ வரைவதற்காக நான் இதனை எழுதவில்லை. ஒருக்கால் அத்துறவி என்னில் எழுப்பிய உணர்ச்சிகள் அந்தக் காலகட்டத்தின் தாக்கங்களோடு என்னில் கலந்து தானே மற்றொரு வடிவம் பூண்டிருக்க வேண்டும். வாழ்வை அப்பட்டமாகச் சித்திரிப்பது கலையாவதில்லையே. அது இதயத்தில் கலந்து லயித்து ஒரு புதுப் பிறவியாகும் போதுதான் கலை ஆகிறது. கதையின் விதையோடு கூட அதனை வேற்று உயிர் கொடுத்து வளர்ந்து உருவாக்குகின்ற கற்பனையின் வடிவமும் படைப்பில் பிரதிபலிக்கின்றன. தெரிந்தனவும், அனுபவித்தனமாகிய சில கதைகளை வைத்துக் கொண்டு ஒரு நீண்ட கால கட்டத்தின் - ஏறத்தாழக் கடந்த நாற்பதாண்டு கால சமூக அரசியல் மாற்றங்களின் நினைவுக் குறிப்பாக இந்த நாவலை உருவாக்க வேண்டும் என்று நான் கருதி இருந்தேன். ஒரு குறிப்பிட்ட சமுதாயத்தின் பின்புலத்தில் எழுதப்பட்ட தென்றாலும் அன்றைய சமூக வாழ்வில் பொதுவாக இருந்த பல சிக்கல்களைக் குறித்தும் இந்நூலில் குறிப்புகள் இருக்கக் காணலாம். தேதியக்கா, தேவகி மானம்பள்ளி, தேவிபகன் என்னும் மூன்று பெயர்களில் அறிமுகமாகும் சுமித்ரானந்தா சென்ற தலைமுறை மகளிர் வர்க்கத்தின் மூன்று முகங்களை வெளிப்படுத்துகிறார். இன்னொரு மார்க்கத்தில்

பின்னிணைப்பு

நடந்து புதுமைப் பெண்ணின் மாதிரியாக உருமாறி தங்கம் நாயர் இந்தக் கதையைச் சொல்பவர் மட்டுமல்ல; இக்கதையின் சாட்சியுமாவார். இன்னொரு கோணத்தில் பார்த்தால் படைப்பாளியின் மனச் சாட்சி வசதிக்காக இந்த வடிவம் எடுத்ததாகவும் கூறலாம். நம்பூதிரிகளின் பிற சாதி மனைவியரும் குழந்தைகளும் மனித உணர்ச்சிகளுக்காக மன்றாடி மிக மிகத் துயரப்பட்ட நிலையும் என் நெஞ்சைத் தொட்டிருந்தது. அவர்கள் அப்பா அல்லது அப்பாவின் உறவினர்களுடன் உடனிருந்து உண்ணவோ, அவர்களைத் தொடவோ, அவர்களிடம் நெருங்கிப் பணிவிடை செய்யவோ இயலாதிருந்ததன்றோ? அவர்கள் ஒருபோதும் குல வாரிசுகளாக ஏற்கப்பட்டதில்லை.

உண்ணியண்ணன் என் கற்பனையில் முளைத்த சொந்தப் படைப்பு. அப்படி ஒருவரை நான் கண்டதில்லை. கட்டுப்பெட்டியும் பிற்போக்கானவருமான அவர் பிரதிநிதித்துவப்படுத்திய இலட்சியங்களின் நேர்மையை நான் மதிக்கிறேன். ஆனால், கிருஹஸ்தத்துக்கு யாக நெருப்பைப் போலவே உலகியல் வாழ்வும் அவசியம் என்ற கொள்கையை மறந்ததற்கு உரிய தண்டனையை அவர் அனுபவித்துத்தான் தீர வேண்டும்.

அப்பன் நம்பூதிரி, அண்ணனின் அம்மா, தண்ணீர்ப் பிசாசுப் பாட்டி, பைத்தியக்காரச் சின்னம்மா ஆகிய அனைவரும் நித்தமும் என் வாழ்வில் உடனிருந்தவர்கள்தாம். பைத்தியக்காரச் சின்னமாக்களின் மீது கிண்டியை வீசிக் காயப்படுத்தியதை நான் கண்டிருக்கிறேன். ஒரு கையில் குடையும், மறுகையில் புதுச் சேலையின் நுனியும் பிடித்தபடி கணவரின் புதிய மனைவி வீட்டுக்குச் சென்று இரவில் இவர்கள் கலவரம் செய்ததையும் நான் பார்த்திருக்கிறேன். சிறுவர்கள், 'காமப் பைத்தியம்' என்று ஏசிப் பெண்கள் மீது கல்லால் எறிவதையும் கண்டிருக்கிறேன்.

தீண்டாமைச் சந்தேகத்தில் ஒதுங்கித் துள்ளிச் செல்வதையும் ஆயிரத்தெட்டு முறை குளத்தில் மூழ்கி எழுந்த பிறகும் தீட்டுப் போகவில்லையோ என்ற சந்தேகத்தில் மீண்டு மூழ்குகிற தண்ணீர்ப் பிசாசுப் பாட்டிகளையும் பார்த்திருக்கிறேன். தாங்க முடியாத கோபம் வரும் போது எல்லாம் அமர்ந்து கேவலமான பாஷையில் திட்டுவதும் சாபம் இடுவதுமாக இருக்கிற பிராமணோத்தமர்களையும் நான் அறிவேன். அவர்கள் யாரும் இப்போது இல்லை. ஆனால், வேறு வகையில் அவர்களைப் பின்பற்றுகிற புதிய பணியில் இருக்கின்றனவே.

வாழ்க்கை கங்கையும் இமயமும் ஆகும். அங்கு தீர்த்தாடனத் துக்காகச் செல்வது தொடக்கத்தில் களைப்பும் அலுப்பும் ஊட்டுவதாக

இருந்தாலும் முடிவில் பேரின்பம் தராமல் இருக்க முடியாது. இரண்டு பாகங்களும் முப்பது அத்தியாயங்களுமாக எழுத விரும்பிய ஒரு கதையை வெறும் பதினெட்டு அத்தியாயங்களில் முடித்ததால் சில குறைகள் ஏற்பட்டிருக்கலாம். அதற்காகப் பொறுத்தருள வேண்டும். புதிய தலைமுறையைச் சேர்ந்த பெண்களுக்குத் தங்கள் தாய்மார்களையும் பாட்டிகளையும் தெரிந்து கொள்ளவும், பழைய தலைமுறையைச் சேர்ந்தவர்களுக்கு அவர்களுக்கு ஆத்ம பரிசோதனை செய்து கொள்ளவும், மற்றவர்களுக்குச் சென்ற காலத்தின் கண்ணீரையும், கனவுகளையும் பிரித்தெடுத்து ஆராயவும் இக்கதை பயன்பட்டால் போதுமானது.

துயரமும் மனித ஆத்மாக்களோடு உள்ள அனுதாபமுமே என்றும் என் கலைப் படைப்புக்களின் தூண்டுதல் ஆகும். கற்பனையிலிருந்து வெப்பம் பெற்ற நினைவுகளுக்கு மெல்ல மெல்ல ஒளியும் இயக்கமும், மகத்துவமும் கிடைக்கின்றன. அவை மறு பிறவி எடுக்கின்றன. இரத்தத்தை முலைப் பாலாக மாற்றும் இயற்கையின் ரச வாதமே சத்தியத்தைக் கலையாக மாற்றும் கற்பனையிலும் நிரந்தரமாக நிகழ்கிறதெனத் தோன்றுகிறது. இதனை எழுதிக் கொண்டிருந்த போது நான் அனுபவித்த உணர்ச்சிகளின் ஒரு பகுதியையேனும் வாசகர்களுக்கு வழங்க முடிந்தால் நான் மன நிறைவடைவேன்.

நம்பிக்கையுடன்
லலிதாம்பிகா அந்தர்ஜனம்

நிறைந்தது

சமர்ப்பணம்

தேவிபகன் என்ற பெயரில் இந்த நூலில் குறிப்பிடப்படும் புனிதம் நிரம்பிய புண்ணியவதிக்கும், அவர்களைப் போன்ற பெயர் தெரியாத பொதுத் தொண்டர்களுக்கும்; இன்னும் எனது நாட்டின், எனது சமுதாயத்தின் விடுதலை வரலாற்றுக்கும்.